திருப்பாவை விளக்கம்

டாக்டர் சி. பாலசுப்பிரமணியன்

Title: Thiruppavai Vilakkam

Author: C. Balasubramanian

Language: Tamil

First Published on: 1995

Year of Publication: 2025

Book Format: Paperback

*Page Size: 6inch * 9inch*

Category: Religious

Subject: Religious Essays

No. of pages: 112

ISBN: 978-81-998877-7-0

Published by: Nilan Publishers, Madurai, Tamilnadu, India

பொருளடக்கம்

முன்னுரை

"மாதங்களில் நான் மார்கழியாக இருக்கிறேன்" என்று கண்ணபெருமான் கீதையில் மொழிந்துள்ளார். மார்கழி மாதம் இவ்வாறு சிறப்பு மிக்கதாக இருக்கவும், நாட்டுப்புறங்களில் மார்கழி மாதத்தைப் பீடை மாதம் என்று சொல்லி மங்கல வினைகள் எதனையும் ஆற்றாமல் தவிர்த்து வருகிறார்கள். 'மார்கழித் திங்கள் மதிநிறைந்த நன்னாள்' என்று திருப்பாவை தொடங்குகின்றது. ஸ்ரீவில்லிபுத்தூரில் பெரியாழ்வார் பெற்றெடுத்த பெண் கொடியாம் ஆண்டாள், ஆழ்வார்கள் பன்னிருவரில் ஒரே ஒரு பெண் ஆழ்வார் ஆவர்.

"மானிடர்க்கென்று பேச்சுப்படில் வாழகில்லேன்" என்று திருவரங்கத்துறை திருவரங்க நாதரையே தம் மனத்துள் நாயகராக வரித்து வாழ்ந்தவர் கோதை நாச்சியார். பெரியாழ்வார் பூமாலை சூட, கோதை நாச்சியார் திருமாலுக்குப் பாமாலை சூட்டினார். அவர் பாடிய பாடல்கள் இலக்கிய உலகின் இணையற்ற பாடல்கள் எனலாம்.

திருப்பாவை முப்பது பாடல்களைக் கொண்டது. திவ்வியப்பிரபந்த வியாக்கியான சக்கரவர்த்தியான பெரியவாச்சான் பிள்ளை சூடிக் கொடுத்த சுடர்க் கொடியாம் ஆண்டாளின் பெருமையைப் பின் வருமாறு விளக்கியுள்ளார் :

"தேக நலத்தில் சிரத்தையுடைய சாதாரண மனிதர்களை விட ஆத்ம சொரூபம் அறிந்த ரிஷிகள் பல மடங்கு உயர்ந்தவர்கள். ரிஷிகளை விட ஆழ்வார்கள் பன்மடங்கு உயர்ந்தவர்கள். மற்றைய ஆழ்வார்களை விடப் பெரியாழ்வார் எத்தனையோ மடங்கு உயர்ந்தவர். அந்தப் பெரியாழ்வாரை விட ஸ்ரீஆண்டாள் அநேக மடங்கு உயர்ந்தவள்" என்கிறார்.

மேலும் வைணவ சமயத்தில் மிகப் பெரிய ஆச்சாரிய சீலரான ஸ்ரீபெரும்புதூர் இராமாநுசர் திருப்பாவையில்

ஆழங்கால்பட்டு நின்றவர். அவர் தம்மைத் 'திருப்பாவை ஜீயர்' என்று சொல்லிக் கொண்டவர்.

ஊர்ப் பெண்கள் வைகறையில் தூக்கத்திலிருந்து எழுந்து தம்மொத்த சிறுமியர்களை வீடு வீடாகச் சென்று அழைத்து, தம்மோடு கூட்டிக் கொண்டு நீர்நிலைக்குச் சென்று நீராடிப் பாவை நோன்பு நோற்பது தொன்று தொட்டுத் தொடர்ந்து இருந்து வரும் வழக்கமாகும். சங்க இலக்கியங்களில் 'தைந்நீராடல்' என்று இது குறிப்பிடப்படுகிறது. நல்ல கணவனை அடைய வேண்டும் என்ற நோக்கில் இப்பாவை நோன்பு மேற்கொள்ளப்பட்டது. 'பார்க்கடலுள் பையத்துயின்ற பரமன் அடி பாடி',நெய்யுண்ணாமல் பாலுண்ணாமல் வைகறையில் நீராடி கண்ணுக்கு மை எழுதாமல், கூந்தலுக்கு மலரிட்டு முடியாமல், செய்யத் தகாத செயல்களைச் செய்யாமல், பிறரைக் கோள் சொல்லாமல், வாழ்வது' மார்கழி நோன்பின்பால் அடங்கும்.

'தீங்கின்றி நாடெல்லாம் திங்கள் மும்மாரி பெய்து, செந்நெல் செழித்து வளர, வண்டுகள் இசை பாட, பசுக்கள் குடம் குடமாகப் பால் சுரக்க' எங்கும் செல்வ வளம் பெருக வேண்டுமென்று கண்ணனை வேண்டிக் கசிந்துருகி நிற்பதும் பாவை நோன்பின் பாற்படும்.

திருப்பாவை முப்பது பாடல்களையும், பாடினால் பாதகங்கள் தீரும்; பரமனடி கூட்டும்; வேதத்தின் வித்தாக விளங்கும் கோதைத் தமிழான முப்பது பாடல்களையும் அறியாத மானிடரை இந்த உலகம் சுமப்பது தகாது என்று ஆன்றார் அருளிச் செய்தனர். எனவே தமிழராகப் பிறந்த ஒவ்வொருவரும் இலக்கிய உலகின் இமயமாக விளங்கும் திருப்பாவைப் பாடல்களைக் கற்றுத் தேர்ந்து, பாடி மகிழ்ந்து பரவசப் படவேண்டும். இதன் வழி மாழ்கழி மாதம் பீடை மாதமாக இல்லாமல், பீடு மாதமாக பெருமை சேர்க்கின்ற மாதமாக அமைய வேண்டும்.

சைவர்களுக்கு வாய்த்த திருவெம்பாவை, வைணர்களுக்கு வாய்த்த திருப்பாவை ஆகிய இரண்டும் கார் உள்ள வரை, கடல் நீர் உள்ள வரை, வான் உள்ள வரை, வளியுள்ளவரை, மண் உள்ள வரை, நெருப்புள்ள வரை, இவ்வுலகில் நின்று வாழும் நேர்த்தி மிக்க பாடல்களாகும், தமிழ் நாட்டில் பிறந்த ஒவ்வொரு குழந்தையும், இவ்விரு நூல்களின் பாடல்களைப் பாராயணமாகப் பாடி உய்ய வேண்டும் என்பதே என் நோக்கமாகும்.

"தமிழகம்"
சென்னை - 600 029

சி.பா.

22.11.95

திருப்பாவை விளக்கம்

1. மார்கழித் திங்கள்

மார்கழித் திங்கள் மதிநிறைந்த நன்னாளால்,
நீராடப் போதுவீர் போதுமினோ நேரிழையீர்!
சீர்மல்கும் ஆய்ப்பாடிச் செல்வச் சிறுமீர்காள்!
கூர்வேற் கொடுந்தொழிலன் நந்தகோ பன்குமரன்,
ஏரார்ந்த கண்ணி யசோதை யிளஞ்சிங்கம்,
கார்மேனிச்செங் கண்கதிர்மதியம்போல் முகத்தான்
நாராயணனே நமக்கே பறைதருவான்,
பாரோர் புகழப் படிந்தேலோ ரெம்பாவாய்.

"அஞ்சுகுடிக்கொரு சந்ததியாய் ஆழ்வார்கள்
தஞ்செயலை விஞ்சிநிற்குந் தன்மையளாய் -பிஞ்சாய்ப்
பழுத்தாளை யாண்டாளைப் பத்தியுடன் நாளும்
வழுத்தாய் மனமே மகிழ்ந்து".

தமிழ்நாட்டில் மிகப்பெரும் சமயங்களில் சைவமும், வைணவமும் தொன்மை மிக்க சமயங்களாகும். 'மாயோன் மேய காடுறை உலகமும்' என்ற தொல்காப்பிய நூற்பாவின் படி, பண்டையோர் காடும் காட்டைச் சார்ந்த முல்லை நிலத்திற்குத் தெய்வமாக 'மாயோன்' என வழங்கும் திருமாலைக் கொண்டனர். மேலும் தொல்காப்பியனார் புறத்திணை இயலில் 'பூவை நிலை' என்று குறிப்பிடுவதும் காயாம்பூ வண்ணனாகிய திருமாலைக் குறிக்கும். சங்க இலக்கியங்களில் திருமாலைப் பற்றிய செய்திகள் நிறைய உண்டு. நற்றிணையின் கடவுள் வாழ்த்துச் செய்யுள் மாயோனைப் பற்றியதாகும். 'மாநிலம் சேவடியாக' என்று

தொடங்கி, தீதற விளங்கிய திகிரியோனே' என முடியும் அப்பாடலில் திருமாலின் பரத்துவம் பேசப்படுகின்றது.

கி.பி. ஆறாம் நூற்றாண்டு தொடங்கி ஒன்பதாம் நூற்றாண்டு வரை உள்ள காலத்தைத் தமிழில் 'பக்தி இயக்கக் காலம்' என்பர். இக்காலத்தே நாயன்மார்களும், ஆழ்வார்களும் வாழ்ந்து பக்திப் பாடல்களைப் பாடி மக்கட் சமுதாயத்தில் ஒரு மறுமலர்ச்சியினை ஏற்படுத்தினர். கி.பி. எட்டாம் நூற்றாண்டில் வாழ்ந்தவராகக் கருதப்படும் பெரியாழ்வார் ஸ்ரீ வில்லிபுத்தூரில் திருக்கோயில் கொண்டிருக்கும் வடபத்தரசாயி என வழங்கும் வடபெரும் கோயிலுடையானிடத்தில் ஆராத அன்பு கொண்டு உருகினார். திருமால் பக்தியில் ஆழங்கால்பட்டுத் தோய்ந்த இவ்வாழ்வாரின் வளர்ப்பு மகளே கோதையென்றும், சூடிக் கொடுத்த சுடர்க்கொடியென்றும், ஆண்டாள் என்றும் அன்போடு அழைக்கப்பெறும் திருப்பாவை பாடிய செந்தமிழ்ச் செல்வி கோதை நாச்சியார் ஆவர். இவர் திருப்பாவை முப்பது பாடல்களையும், நாச்சியார் திருமொழி நூற்று நாற்பத்து மூன்று பாடல்களையும் பாடியவர் ஆவர். திருப்பாவை ஜீவாத்மாக்கள் பரமாத்மாவை நாடும் சமயப் பொருண்மையை அடிப்படையாகக் கொண்டது. வைணவப் பெரியவராகிய ஸ்ரீ இராமாநுஜர் திருப்பாவையில் பெரிதும் ஈடுபட்ட காரணத்தினால் 'திருப்பாவை ஜீயர்' என்று அழைக்கப்பட்டார். வேதாந்த தேசிகரும் திருப்பாவையில் ஈடுபாடு கொண்டவர் ஆவர். விஜயநகரப் பேரரசரான கிருஷ்ணதேவராயர் ‘ஆமுக்த மால்யதா' என்னும் தெலுங்கு நூலில் ஆண்டாளைக் குறிப்பிட்டுள்ளார்.

பாவையர், பாவை பிடித்து வைத்துக் கொண்டாடிய பாவை நோன்பை ஒட்டித் திருப்பாவை என்னும் பிரபந்தம் தோற்றம் கொண்டுள்ளது. இதனால் 'பாவை பாடிய பாவை' என்றும் ஆண்டாளைக் குறிப்பிடலாம். பாவைப் பிரபந்தத்தின் உள்ளீடாக, மழை பெய்து நாடு செழித்தலும், நோன்பு இருக்கும் மகளிர் நல்ல கணவனை அடைதலும் ஆகிய இரு பொருள்கள் ஏற்றம் கொண்டுள்ளன. மார்கழி மாதத்துடன்

தட்சிணாயனம் முடிந்து தைத் திங்களின் முதல் நாள் பொங்கல் நன்னாள் பிறப்புடன் உத்திராயனம் தொடங்குகிறது. எனவே பழமை கழிந்து, புதுமை பூத்துக் குலுங்குவதற்கு மார்கழி முடிவும் தைத்திங்களின் தொடக்கமும் அறிகுறிகளாய் அமைகின்றன எனலாம். கண்ணபிரான் மாதங்களில் நான் மார்கழி' என்று பகவத்கீதையில் குறிப்பிட்டுள்ளார். எனவே மார்கழி மாதம் தனிச் சிறப்பு வாய்ந்த மாதம் என்பது புலப்படுகின்றது. உலகினர் மேற்கொள்ளும் பழைய நோன்பு ஒன்றினை ஆதாரமாக வைத்துக் கொண்டு வைணவ சமயப் பேருண்மையினை வெளிப்படுத்தும் பிரபந்தமாக ஆண்டாள் கண்ணனுக்கு திருப்பாவையினை இயற்றியுள்ளார். ஆட்பட்டு நெருங்கிய நேயம் கொண்டு ஒவ்வொருவரும் தமக்கு இயைந்த முறையில் தொண்டு செய்து திருமாலின் திருவடிப் பேற்றிற்கு ஆளாக வேண்டுமென்று அவனருளாளே அவன் தாளை வணங்கித் துதித்து நிற்பதே திருப்பாவையின் உட்பொருளாகும். ''ஐயைந்தும் ஐந்தும் அறியா மானிடரை வையம் சுமப்பதும் வம்பு'' என்னும் மொழி திருப்பாவையின் ஏற்றத்தினை எடுத்துரைக்கும்.

இனி, திருப்பாவையின் முதற் பாடலைக் காண்போம்.

'மார்கழித் திங்கள் மதிநிறைந்த நன்னாளால்' என்று பாடல் தொடங்குகிறது. மார்கழி மாதம், முழு நிலா பௌர்ணமி நாள். மாதங்களில் மார்கழியும், ஒரு மாதத்தில் பௌர்ணமியும் தனிச் சிறப்பு வாய்ந்தனவாகும். "இந்த நல்ல நாளில் நீராடப் போகலாம் வாருங்கள் - வைகறையில் பனி நீராடப் போகலாம் வாருங்கள்'' என்று பெண்கள் கூட்டமாகச் சென்று வீட்டிலுள்ள பிற பெண்களை அழைக்கிறார்கள். 'நேரிழையீர்' என்று அவர்கள் பிற பெண்களை அழைப்பது அந்தப் பெண்களைப் புகழ்வதற்கும் முன்னிலைப்படுத்தித் தங்களோடு வாருங்கள் என்று அழைப்பதற்கும் அடித்தளமாய் அமைகின்றது எனலாம்.

கற்பனையில் ஸ்ரீ வில்லிபுத்தூர் ஆய்ப்பாடி ஆகிறது. அந்த ஆய்ப்பாடியிலே பெருமையெல்லாம் பிறங்குகின்ற செல்வச்சிறு பெண்களாக ஆய்ப்பாடிவாழ் மகளிர் காட்சி அளிக்கிறார்கள்.

இனி, பெண்களைத் தங்களோடு வாவென்று அழைத்த மகளிர் கண்ணனின் பல்வேறு சிறப்புகளைப் பாடிப் புகழ்கிறார்கள். கண்ணன், கரிய வேலினைக் கொண்டு காவல் காக்கும் கொடுந்தொழிலை மேற்கொண்டுள்ள நந்தகோபனுடைய மகன் என்றும், அழகுமிக்க கண்களை உடைய யசோதையின் இளம் சிங்கம் என்றும், கரிய திருமேனியினையும், சிவந்த கண்களையும் கொண்டு ஒளிக்குக் கதிரோனாகவும் குளிர்ச்சிக்கு முழு மதியோனாகவும் காட்சியளிப்போன் என்றும் புகழ்கிறார்கள். பாவை நோன்புக்குப் 'பறை' என்ற ஒரு வாத்தியம் வேண்டும். அந்தப் பறையை நாராயணனே நயந்து நமக்குத் தருவான் என்கிறார்கள். ஈண்டு நாராயணனே என்ற சொல்லின் இறுதியுள்ள ஏகாரமும் நமக்கே என்ற சொல்லிலுள்ள ஏகாரமும் தனிச்சிறப்பு வாய்ந்தனவாகும். நாராயணன் மட்டும்தான் பறை தரமுடியுமென்பதும், அவனிடத்து ஆரா அன்பு செலுத்திப் பாவை நோன்பு மேற்கொள்ளும் நமக்கு மட்டும் தான் அருள் செய்வான் என்பதும் இவ் ஏகாரங்கள் வழங்கும் சிறப்புப் பொருள்களாகும். இவ்வாறு "உலகத்தில் உள்ளவர்கள் நம்மைப் புகழ, நோன்பிலே ஊன்றி மார்கழி நீராடுவோம், பெண்களே வாருங்கள்" என்று, 'சேரவாரும் ஜெகத்தீரே' என்றபடி, பிற மகளிரை அழைக்கிறார்கள். இத்திருப்பாடலில் அமைந்துள்ள ஒவ்வொரு சொல்லும் தேர்ந்தெடுத்த சொற்கள் எனலாம். அவற்றினும் 'கார்மேனிச் செங்கண் கதிர் மதியம் போல் முகத்தான்' என்னும் தொடர் முரண் தொடை நயம் அமைந்துள்ளதாகும். இத்தொடர் நெஞ்சில் ஓர் இனிய காட்சித் திரையினை விரிக்கின்றது. கம்பநாடரும் தம் இராமாயணத்தில் "செங்கணும் கரியகோல மேனியும் தேருமாகி எங்கணும் தோன்றுகின்றார் எனைவரோ இராமன் என்பார்'' என்று குறிப்பிட்டுள்ளதனை ஒப்பு நோக்கலாம்.

பறை வேண்டும் என்று நாரணனைப் பாடிச் செல்வது ஒரு பேச்சுக்குத்தான் 'ஒரு வியாஜம்' தான். ஆழ்ந்து நோக்கின் கிருஷ்ண பக்தியும் கைங்கரிய விருப்பமும் உள்ளடக்கித்தான் இந்தப் பெண்கள் இந்தப் பாவை நோன்பை நோற்கிறார்கள் என்றும், நோன்பு நோற்றால் மழை பெய்யும் என்றும், மழை பெய்தால் நாடு செழிக்கும் என்றும், நாடு செழித்தால் ஆய்ப்பாடியில் வாழ்வோர், ஆய்ப்பாடிப் பெண்கள் நோற்று மழை பெய்தது என்று அவர்களைப் புகழ்வார்கள் என்றும் இப்பாட்டால் அறியப்படுகின்றன.

'மார்கழித் திங்கள்' எனத் தொடங்கிப் ‘படிந்தேலோ ரெம்பாவாய்' என்று முடியும் இத் திருப்பாவையில் அமைந்துள்ள ஒவ்வோர் அடியும் எண்ண ஊட்டல் *(thought provoking)* சக்தி நிறைந்த தொடர்களாகும். "நீராடப் போதுவீர் போதுமினோ நேரிழையீர்'' என்னும் தொடர் "பாரோர் புகழப் படிந்தேலோ ரெம்பாவாய்" என்று முடிகின்றது. பொழுது விடிவதற்கு முந்திய அதிகாலையைப் 'பிரம்ம முகூர்த்தம்' என்பர். தூய அமைதியான அந்த விடியல் வேளையில் மார்கழிப் பனி நீராடித் தொழுது நாராயணனிடம் பறை கேட்டு நோன்பு நோற்க இள மகளிர் எல்லாரையும் திரட்டிச் செல்லும் இனிய நிகழ்ச்சியினை இப்பாடல் குறிக்கின்றது.

மார்கழித் திங்கள் மதிநிறைந்த நன்னாளால்,
நீராடப் போதுவீர் போதுமினோ நேரிழையீர்!
சீர்மல்கும் ஆய்ப்பாடிச் செல்வச் சிறுமீர்காள்!
கூர்வேற் கொடுந்தொழிலன் நந்தகோ பன்குமரன்,
ஏரார்ந்த கண்ணி யசோதை யிளஞ்சிங்கம்,
கார்மேனிச்செங் கண்கதிர்மதியம்போல் முகத்தான்
நாராயணனே நமக்கே பறைதருவான்,
பாரோர் புகழப் படிந்தேலோ ரெம்பாவாய். (1)

2. வையத்து வாழ்வீர்கள்

வையத்து வாழ்வீர்காள்! நாமும்நம் பாவைக்குச்
செய்யும் கிரிசைகள் கேளீரோ? பாற்கடலுள்
பையத் துயின்ற பரம னடிபாடி,
நெய்யுண்ணோம் பாலுண்ணோம் நாட்காலே
நீராடி, மையிட் டெழுதோம், மலரிட்டு நாம்முடியோம், செய்யா
தனசெய்யோம் தீக்குறளை சென்றோதோம்,
ஐயமும் பிச்சையும் ஆந்தனையும் கைகாட்டி,
உய்யுமா றெண்ணி உகந்தேலோ ரெம்பாவாய்.

முதல் பாசுரத்தில் நாராயணனே நமக்கே பறை தருவான் என்று கூறிப் பிற பெண்களை விளித்த மகளிர், இந்தப் பாடலில் "வையத்து வாழ்வீர்காள்'' என்று அழைக்கிறார்கள். வாழ்க்கை வாழ்வதற்கே; அதுவும் வகையுற வாழ்வதற்கே என்பர் பெரியோர். எப்படியாவது வாழலாம் என்று எண்ணாமல் இப்படித்தான் வாழவேண்டும் என்று வாழும் வாழ்க்கை குறிக்கோளுடைய வாழ்க்கையாகும். எனவே எடுத்த எடுப்பிலேயே 'வையத்து வாழ்வீர்காள்' என்று விளித்த காரணத்தினால் அவர்கள் குறிக்கோளுடைய வாழ்க்கை வாழ்பவர்கள் என்பது பெறப்பட்டது. மேலும் 'நாமும் நம் பாவைக்குச் செய்யும் கிரிசைகள் கேளீரோ' என்று அடுத்து மொழிகிறார்கள். பாவை நோன்பிற்கு உரிய கிரியைகள் செயல் முறைகள் சடங்குகள் சம்பிரதாயங்கள் நடை முறைகள் ஆகியனவற்றை நாங்கள் சொல்கின்றோம் நீங்கள் கேளுங்கள் என்கின்றபடி, இந்தப் பாடலில் பாவை நோன்பு மேற்கொள்வதற்குரிய அனுஷ்டானமுறைகள் நியமங்கள் தெரிவிக்கப் படுகின்றன. எந்த ஒரு பெருஞ்செயலையும் மேற்கொள்ள அந்தச் செயல் சித்திபெறும் வகையில் - கைகூடும் வகையில் சில வழி

முறைகளை - நியமங்களைப் பின்பற்றுவது மரபு. அவ்வாறு மேற்கொள்ளும் நியமங்களில் கொள்ள வேண்டிய நியமங்கள் சில; பாவை நோன்பு மேற்கொள்ளும் பெண்கள் என்னென்ன நியமங்களை என்னென்ன மேற்கொண்டார்கள்?

நியமங்களை விட்டொழித்தார்கள்? என்பதனை இத்திருப்பாடல் தெரிவிக்கின்றது. ஆய்ப்பாடிச் சிறுமியர்கள் 'பாற்கடலில்' பையத்துயின்ற பரமன் அடி பாடுவோம்' என்கிறார்கள். இதனையே பரந்தாமனின் மலரனைய திருவடிகளைப் பரவிப் பாடுவதையே முதன்மை விதியாக முக்கிய விதியாகக் கொள்கிறார்கள். இரண்டாவது விதியாக வைகறை நேரத்திலே எழுந்து பனி நீராடிப் புறத் தூய்மையும் செய்து கொள்கிறார்கள். பரமனடி பாடியதனால் அகத்தூய்மையும் நாட்காலே நீராடியதனால் புறத் தூய்மையும் அமைகின்றன. மூன்றாவதாக, தகுதியுள்ள பெரியவர்களுக்கு - துறவிகளுக்கு அவர்களுடைய தேவை அறிந்து கொடுக்க வேண்டியனவற்றைக் கொடுக்கிறார்கள்; பிச்சை என்று வரும் இல்லாதோர்க்கு வறியவர்க்கு இயன்ற வரையில் எடுத்து வழங்குகிறார்கள்.

கொடுக்கும் பொழுது நெஞ்சத்தில் செருக்குத் தோன்றாமல் கொடுக்கிறார்கள். அவ்வாறு சில விதிகளைத் தாங்கள் உய்யும் பொருட்டு விரும்பி மேற்கொள்ளும் - உய்யுமாறு எண்ணி உகந்து மேற்கொள்ளும் பெண்கள், சில விலக்குகளையும் மேற்கொள்கிறார்கள். அவர்கள் 'நெய்யுண்ணோம், பாலுண்ணோம்' என்கிறார்கள். மேலும் கண்ணுக்கு மை தீட்டியும் கூந்தலுக்குப் பூச்சூட்டியும் தங்களை அலங்கரித்துக் கொள்வதில்லை என்று முடிவெடுத்துக் கொள்கிறார்கள். நெய் உண்பதில்லை; பால் குடிப்பதில்லை; கண்ணுக்கு மை எழுதுவதில்லை; கூந்தலுக்குப் பூச்சூட்டிக் கொள்வதில்லை என்பன எல்லாம் அவர்கள் மேற்கொண்ட தீர்மானங்களாகும். அகத்தின் அழகையும் அலங்கோலமாக்கிக் கொள்ளாமல் செப்பம் செய்ய முற்படுகிறார்கள். எனவே 'செய்யாதான செய்யோம்' என்கிறார்கள். பெரியோர்கள் தவறு என்று எவ்வெவற்றை யெல்லாம் செய்யாமல் விட்டார்களோ

அவற்றையெல்லாம் நாங்களும் செய்யமாட்டோம் என்கிறார்கள். மேலும் தீமை விளைக்கும் ஒருவர் மேற் கோள் சொல்லும் சொற்களைப் பிறிதொருவரிடம் சென்று சொல்ல மாட்டோம் என்கிறார்கள். இவற்றில், நெய்யுண்ணோம், பாலுண்ணோம் என்பன விரதம் முடிகின்றவரையில் மேற்கொள்ள வேண்டிய நியமங்கள் ஆகும். இவை போன்றே 'மையிட்டெழுதோம்' 'மலர்இட்டு நாம் முடியோம்' என்பதும் நோன்பு முடியும் வரை தாங்களாகவே ஏற்படுத்திக் கொள்ளும் தற்காலிக நியமங்கள் ஆகும்.

ஆனால், செய்யாதன செய்யோம்' என்பதும், ஒருவர் மேல் கோள் சொல்ல மாட்டோம் என்பதும் எப்போதும் விலக்கத்தக்க நியமங்கள் ஆகும். இந்த நியமங்கள் எல்லாம் பாவை நோன்பு கொண்டாடும் பெண்கள் தங்கள் நோன்பிற்குரிய கிரியைகளாகக் கொள்கிறார்கள். இந்தப் பெண்கள் "உண்ணு சோறும், பருகு நீரும், தின்னும் வெற்றிலையும் எல்லாம் கண்ணன்" என்று கொண்டவர்கள். இன்பம் தரும் சில பொருள்களைத் தாங்களாகவே முன் வந்து துறக்கும் துறவு மனப்பான்மை இவர்களுக்குச் சொர்க்கபோகத்தையே தருகின்றது. தியாகம் செய்வதே ஒரு சொர்க்க மனப்பான்மை அல்லவா?

தாங்கள் அன்றாடம் விரும்பி உண்ணும் பொருள்களைச் சில காலம் வெறுத்து ஒதுக்குவதும், தாங்கள் விரும்பி மேற்கொள்ளும் அலங்காரங்களைத் துறந்துவிடுவது என்பதும் தியாகச் செயல்கள்தான். ஆனால் இவற்றை யெல்லாம் எதற்காகச் செய்கிறார்கள்? உய்யுமாறு எண்ணிச் செய்கிறார்கள்; பிழைக்கும் வழியை அறிந்து செய்கிறார்கள். பெரியவர்களுக்குத் தகுதி அறிந்து தந்தும், வறியவர்களுக்குத் துன்பம் அறிந்து உதவியும் இவர்கள் போகும் வழிக்குப் புண்ணியம் தேடிக் கொள்கிறார்கள். பெரியவர்களுக்கும் வறியவர்களுக்கும் எவ்வளவுதான் இவர்கள் கையால் வாரி வழங்கினாலும் அதனால் மனத்தில் ஒரு சிறிதும் செருக்குத் தோன்றாமல் - நாம் என்ன கொடுத்து விட்டோம் என்று அடக்கமாக எண்ணிப் பார்க்கிறார்கள்.

இந்த ஆய்ச்சியர் பெண்கள் கண்ணனின் அடிமலர்களே தம் தலைகளுக்குத் தலையாய அணி என்று கருதுபவர்கள் ஆன காரணத்தால் மையிட்டு எழுதி, மலரிட்டு முடிந்து, புறத்தில் அலங்காரம் செய்து கொள்வதெல்லாம் அலங்காரம் ஆகாது என்று கண்டவர்கள். எனவே கண்ணன் கழல் இணையைப் பற்றி உய்யும் நெறி அறிந்து உகந்து அவ்வழியில் செல்பவர்கள். எனவே சில நியமங்களை விடுத்தும், சில நியமங்களைத் தொடுத்தும் வாழ்பவர்களாயினர். எனவே "வாழப் பிறந்தவர்களே! வருவீர்களாக! நோன்பு நோற்போமாக! பாற்கடலுள் பையத்துயின்ற பரமனடியைப் பாடுவோமாக! உய்யுமாறு எண்ணி உகந்து நோன்பை நோற்போமாக!" என்று பெண்டிரை விளித்துப் பேசி வாழ்க்கைப் பயன் பெறுமாறு அழைக்கிறார்கள்.

இவையே இரண்டாவது பாடலின் திரண்ட கருத்துகளாகும்.

வையத்து வாழ்வீர்காள்! நாமும்நம் பாவைக்குச்
செய்யும் கிரிசைகள் கேளீரோ? பாற்கடலுள்
பையத் துயின்ற பரம னடிபாடி,
நெய்யுண்ணோம் பாலுண்ணோம் நாட்காலே
நீராடி, மையிட் டெழுதோம், மலரிட்டு நாம்முடியோம், செய்யா
தனசெய்யோம் தீக்குறளை சென்றோதோம்,
ஐயமும் பிச்சையும் ஆந்தனையும் கைகாட்டி,
உய்யுமா றெண்ணி உகந்தேலோ ரெம்பாவாய். *(2)*

3. ஓங்கி உலகளந்த உத்தமன்

ஓங்கி யுலகளந்த உத்தமன் பேர்பாடி,
நாங்கள்நம் பாவைக்குச் சாற்றிநீ ராடினால், தீ
ங்கின்றி நாடெல்லாம் திங்கள்மும் மாரிபெய்து,
ஓங்கு பெருஞ்செந்நெ லூடு கயலுகள்,
பூங்குவளைப் போதில் பொறிவண்டு கண்படுப்ப,
தேங்காதே புக்கிருந்து சீர்த்த முலைபற்றி வாங்கக்
குடம்நிறைக்கும் வள்ளல் பெரும்பசுக்கள்
நீங்காத செல்வம் நிறைந்தேலோ ரெம்பாவாய்.

மேலைப் பாசுரத்தில் பாற்கடலில் பையத் துயின்ற பரமன் அடி பாடியவர்கள் இப்பொழுது "ஓங்கி உலகளந்த உத்தமன்" அடியைப் பாடத் தொடங்கினார்கள். 'ஓங்கி உலகளந்த உத்தமன்' என்ற தொடர் ஓர் உயர்ந்த உள்ளீட்டினைக் கொண்டுள்ளது. வாமன அவதாரத்தை இத்தொடர் குறிப்பிடுகின்றது. குள்ளனாக வந்து, செருக்குற்றுத் திரிந்த மாவலிச் சக்கரவர்த்தியிடம் மூன்றடி மண் கேட்டான் மாயோன். மூன்றடி மண் தர இசைந்து வாமனனின் கையில் மாவலிச் சக்கரவர்த்தி அர்க்கிய நீர் வார்த்துக் கொடுத்த உடனே நெடிய வடிவம் கொண்டு ஓங்கி ஓரடியால் மண் அளந்து, ஈரடியால் விண் அளந்து, மூவடிக்கு மண்ணில்லாமல் மாவலிச் சக்கரவர்த்தியின் தலையையே அழுத்தியவன் வாமனன் ஆவன். குள்ளனாய் வந்து கள்ளனாய் நின்று திருவிக்கிரம அவதாரம் எடுத்த திருமாலின் சீரினை எடுத்த எடுப்பிலேயே 'ஓங்கி உலகளந்த 'உத்தமன்' என்று பாடுகிறார்கள். பிறருக்காகத் தன் வடிவைக் குறுக்கித் தேவர்களையும் மனிதர்களையும் வாழ்வித்த திறத்தால் நெடுமால் 'உத்தமன்' ஆகிறான். தான் அழியத் தான் மாறியாகியும் பிறர் வாழ வேண்டும் என்று பணி செய்பவனே

உத்தமன் என்கிறார் வியாக்கியான சக்கரவர்த்தியான பெரியவாச்சான் பிள்ளை.

அந்த வகையில் உத்தமனாய் - ஓங்கி உலகளந்த உத்தமனாய் விளங்குகிறான் கண்ணன். அவனுடைய திருப்பெயரைச் சொல்வதும், கல்யாண குணங்களை உவந்து உவந்து போற்றுவதும் பெரும் பயன் நல்குவதாகும். எனவே வாமனனாய் வந்து மாவலியை வதம் செய்த கண்ணனுடைய திருப்பெயரைப் பாடிக் கொண்டே பவகத் நாம ஸங்கீர்த்தனம் செய்து கொண்டே நீராடி நோன்பு நோற்கிறார்கள். இவ்வாறு உத்தமன் பேர்பாடிப் பாவை நோன்பு மேற்கொண்டால் விளையும் பலவகை வளங்களையும், நலன்களையும் இனித் தொகுத்துக் கூறப்போகிறார்கள். முதலாவதாக நாடு செழிக்க - நல்ல படியாக இருக்க வேண்டுவது மழை!

எனவே தான் தெய்வப் புலமைத் திருவள்ளுவர் கடவுள் வாழ்த்துக்கு அடுத்து வான் சிறப்பு என்னும் அதிகாரத்தை வைத்தார். மழை இன்றேல் பசும் புல்லும் முளைக்காது என்றும், கடவுளுக்குப் பூசை முறையாக நடைபெறாது என்றும் திருவள்ளுவர் சொன்னார். நாட்டில் எந்தத் தீங்கும் ஏற்படாமல் இருக்க வேண்டும். கள்வராலும், கொலை மேற்கொள்பவராலும் நாட்டில் தீங்கு நேரிடலாம். வறுமையாலும், நோயாலும் வாழ்க்கை வற்றியும், நொடித்தும் போய்விடலாம். எனவே ஒரு நாடு தீங்கற்று இருக்க வேண்டியது அவசியமாகும். தீங்கில்லாமல் ஒரு நாடு இருந்துவிட்டால் மட்டும் போதுமா? அந்த நாட்டில் திங்கள் மும்மாரி பெய்தால்தான் வளம் வந்து சேரும். பழங்காலத்தில் வேதியற்கோர் மழையென்றும், நீதி உடைய அரசர்க்கோர் மழையென்றும், கற்புடைய மகளிர்க்கோர் மழையென்றும் சொன்னார்கள். ஒன்பது நாள் வெயிலும், ஒரு நாள் மழையுமாக மாதத்தில் மூன்று நாள் மழை பொழிய வேண்டும் என்றார்கள். ஏனென்றால் மூன்று நாள் தொடர்ந்து அல்லும் பகலுமாக மழை பெய்து நாடெல்லாம் வெள்ளக்காடாகிப் போகுமானால் அதனால் மக்களும் விலங்குகளும் துன்பமே அடைவர். தொடர்ந்து ஒரு மாதத்தில்

இருபத்தேழு நாட்களும் வெயிலே அடிக்கு மானால் அந்த வெயிலின் கொடுமை தாங்காமல் மக்களும் மாக்களும் துன்புறுவர். எனவே ஒன்பது நாள் வெயிலும் ஒரு நாள் மழையும் என்று இடையிட்டு இடையிட்டு வெயிலும் மழையும் ஒரு மாதத்தில் அமையுமானால் அந்த மாதத்தில் வெப்பமும் தட்பமும் - கொடுமையும் குளிர்ச்சியும் அளவாக அமையும். இதைத்தான் திங்கள் மும்மாரி பெய்து என்று ஆராய்ச்சியாளர்கள் கூறினர். திங்கள் மும்மாரி பெய்ததால் மழை வளம் பெருகி வளம் மிகுந்தது. நெற் பயிர்கள் வயல்களில் ஓங்கி வளர்ந்தன. வயல்களில் மண் வளமும், நீர் வளமும் மிகுந்து இருந்த காரணத்தால் விளைந்த நெற்பயிர்கள் நீள நீளமாய் இருந்தன. செந்நெல் வயல்களில் கயல் மீன்கள் துள்ளித் திரிந்தன. இவ்வாறு வளம் நிறைந்து காணப்படும் வயல்களின் வரப்புகளில் குவளை மலர்கள் பூத்துக் குலுங்கின. குவளைப் பூக்களில் உள்ள தேனைக் குடிப்பதற்காக வரிகளை உடைய வண்டுகள் வந்து தேன் குடித்து, அத்தேன் குடித்த மயக்கத்தில் மயங்கிக் கண் துயில்கின்றன. மீண்டும் ஒரு முறை இவ் இயற்கைக் காட்சியினைக் காண்போம்.

நாட்டில் மாதம் மும்மாரி பொழிகின்றது. நீர் வளம் மிகுகின்றது. வயல்களில் செந்நெற் பயிர்கள் மிக உயரமாக வளர்கின்றன. அந்த வயல்களில் அடியில் தங்கி இருக்கும் நீரில் வாழும் கயல்மீன்கள் நெற்பயிற்களின் இடையே தாவிக் குதிக்கின்றன. வயலோரத்தில் வளர்ந்திருக்கும் குவளைப் பூக்களில் வண்டுகள் தேன் குடித்துவிட்டு மயங்கி அக்குவளைப் பூக்களையே படுக்கையாகக் கொண்டு உறங்குகின்றன. இவ்வாறு

ஓங்கு பெருஞ்செந்நெ லூடு கயலுகள,
பூங்குவளைப் போதில் பொறிவண்டு
கண்படுப்ப,

என்பது ஓர் அழகான இயற்கை வருணனைச் சித்திரமாகும்.

பிறிதொரு காட்சியினை நம் கண்ணைக் கவரும் வகையிலும் நம் எண்ணத்தில் சிறந்து நிற்கும் நிலையிலும் கோதை நாச்சியார் கொண்டுவந்து காட்டுகின்றார். ஆய்ப்பாடியில் உள்ள பசுக்கள் வள்ளல்பெரும் பசுக்கள் ஆகும். ஏன்? பசுக்களின் மடியிலிருந்து பால் சுரக்கும் இடையர்கள் சலித்துக் கொள்ளாமல் ஒரு நிலைப்பாடுடன் கூடிப் பசுக்களின் பருத்த மடிகளைப் பற்றி இழுக்கிறார்கள். இழுத்த அளவிலேயே குடம் பாலால் நிறைந்து விடுகிறது. ஒரு குடமா? இரு குடமா? இல்லை இல்லை. குடங்கள் நிறைந்து விடுகின்றன. பசுக்காம்புகளின் அடியில் மாற்றி மாற்றிக் குடத்தைக் கொண்டுவந்து வைக்கிறார்கள். குடங்கள் பாலால் நிறைந்து விடுகின்றன. ஒரு பசுவே பல குடங்கள் நிறையப் பால் சுரக்கின்ற வண்மை மிக்க பெரும் பசுக்களாய்த் திகழ்கின்றன. பசுவின் பாலைக் கரக்கும் இடையர்களும் அனுபவப்பட்டவர்கள். பசுக்களிலே இருந்து பக்குவமாகப் பால் கறக்கிறார்கள். பருத்த காம்புகளிலிருந்து பால் பீறியடிக்கின்றது. குடங்கள் நிரம்பி வழிகின்றன. இங்கே ஓர் தத்துவக் கருத்தும் தொக்கி நிற்கின்றது. பசுக்களின் மடியைக் கறப்பது போல ஞானாசிரியனின் அடியைப் பற்றிக்கொண்டு ஞானப்பால் கறக்க முயல்பவனே சீடன் என்பது பெறப்படுகின்றது. எனவே வள்ளல் பெரும் பசுக்களை ஞானத்தை வழங்கும் நல்லாசிரியர்களாகக் கொள்ளலாம். பசுக்கள் பாலால் குடம் நிறைந்ததுபோல் ஆசிரியனும் ஞானத்தால் சீடனின் மனத்தை நிறைவிக்க வேண்டும் என்பதும் பெறப்படுகின்றது. இவ்வரிய காட்சியை வருணித்து நிற்கும் ஆண்டாளின் அழகுணர்ச்சியினைக் *(aesthetic sense)* காணலாம். இப்படிப்பட்ட பசுக்களின் செல்வத்தை நிறைந்த அளவுபெற்றுப் பாவை நோன்பை மேற்கொள்ளலாம் என்கிறாள் ஒருத்தி.

ஓங்கி உலகளந்த உத்தமன் பேர்பாடிப் பாவை நோன்பை மேற்கொண்டு மார்கழி நீராடினால், திங்கள் மும்மாரி பெய்து நாடு செழிக்கும்; அதன்வழி நீர்வளம் மிகுந்து, நெல்வளம்

சிறந்து, பசு வளம் பரந்து, பால் வளம் பல்கிக் காணப்படும் என்பது இப்பாட்டால் பெறப்பட்ட கருத்துகளாகும்.

ஓங்கி யுலகளந்த உத்தமன் பேர்பாடி,
நாங்கள்நம் பாவைக்குச் சாற்றிநீ ராடினால், தீ
ங்கின்றி நாடெல்லாம் திங்கள்மும் மாரிபெய்து,
ஓங்கு பெருஞ்செந்நெ லூடு கயலுகள்,
பூங்குவளைப் போதில் பொறிவண்டு கண்படுப்ப,
தேங்காதே புக்கிருந்து சீர்த்த முலைபற்றி வாங்கக்
குடம்நிறைக்கும் வள்ளல் பெரும்பசுக்கள்
நீங்காத செல்வம் நிறைந்தேலோ ரெம்பாவாய். *(3)*

4. ஆழிமழைக் கண்ணா

ஆழி மழைக்கண்ணா! ஒன்றும்நீ கைகரவேல்;
ஆழியுள் புக்கு முகந்துகொ டார்த்தேறி,
ஊழி முதல்வ னுருவம்போல் மெய்கறுத்து,
பாழியந் தோளுடைப் பற்பநா பன்கையில்
ஆழிபோல் மின்னி வலம்புரிபோல் நின்றதிர்ந்து,
தாழாதே சார்ங்க முதைத்த சரமழைபோல்,
வாழ உலகினில் பெய்திடாய், நாங்களும்
மார்கழிநீ ராட மகிழ்ந்தேலோ ரெம்பாவாய்.

நான்காவது திருப்பாசுரத்தில் ஆய்ச்சியர்கள் மழைக்கு அண்ணலாகிய தேவதையைக் குறித்துப் பாடுகிறார்கள். இந்தப் பாசுரத்தில் மழைக் கடவுளை வேண்டி மழையைக் கேட்கவில்லை; அம்மழைக் கடவுளுக்குக் கட்டளை இடுவது போலப் பேசுகிறார்கள். 'ஆழி மழைக்கண்ணா! ஒன்றும் நீ கைகரவேல்' என்று தொடங்குகிறார்கள். மழைக் கடவுளே நீ ஒன்றும் கை இருப்பாக வைத்துக் கொள்ளத் தெரியாத வள்ளல்போல் மழை பொழிய வேண்டும் என்று கட்டளை இடுகிறார்கள். 'கைகரவேல்' என்பதற்குக் 'கருமியாக இருக்காதே! வள்ளலாய் இரு' என்று பொருள் கொள்ளலாம். கையில் உள்ளதை மறைக்காதே என்பது நேர்ப்பொருள். ஒன்றும் நீ கைகரவேல் என்பதனால் எதையும் சிறிது கூடக் கையிலிருந்தும் மறைக்காதே என்பதும் பொருளாகும். மழைக் கடவுளே! நீ வள்ளல் தன்மையோடு வாரி வாரி வழங்க வேண்டும் என்று ஆய்ச்சியர்கள் ஆழி மழைக் கண்ணனுக்குக் கட்டளையிடுகின்றார்கள்.

இனி, அவன் செய்ய வேண்டிய செயல்களை இவர்களே பட்டியல் போட்டுக் காட்டுகிறார்கள். நீ முதலாவதாகக்

கடலுக்குச் செல்வாயாக! அக்கடலுள் புகுந்து அந்த வெள்ளத்தை அப்படியே முழுவதுமாக முகந்து கொண்டு வரவேண்டும் என்கிறார்கள். உப்புத் தண்ணீரைக் குடிக்கும் நன்னீராக்கி வழங்கு என்னும் உட்கருத்தும் இத்தொடரில் பொதிந்துள்ளது. நீ அடக்க ஒடுக்கத்தோடு இல்லாமல் பொழியும் பொழுது பெருமுழக்கத்துடன் பெருமிதமாக வான வீதியில் செல்ல வேண்டும் என்கிறார்கள். ஆழியுள்புக்கு ஆர்த்தேறி உன் கரிய மேனியில் அழகு மேலும் கறுத்து விளங்க வேண்டும் என்கிறார்கள். ஊழி முதல்வன் திருமால் எவ்வாறு நீலமேக சியாமள வண்ணனாக இருப்பானோ அதுபோல உன்னுடைய உருவமும் நன்கு கறுத்திருக்க வேண்டும் என்கிறார்கள். கறுப்பழகு பெற்று மேனி சிறந்தவன் கண்ணன். அதுபோல மேகமாய் நீயும் மேனி கறுத்துச் சிறக்க வேண்டும். என்கிறார்கள் ஆய்ச்சியர்கள். மெய் கறுத்த பின்னர் வலிமை பொருந்திய அழகிய தோள்களை உடைய பத்மநாபன் கையில் விளங்குகின்ற சக்கராயுதம் போல மின்னவேண்டும் என்கிறார்கள். பத்மநாபனுடைய பிறிதொரு கையில் இடம்பெற்றுள்ள வலம்புரிச் சங்கு போல இடைவிடாது ஒலிக்க வேண்டும் என்கிறார்கள். மேலும் அப்பெருமாள் கையில் உள்ள சார்ங்கம் என்னும் வில் உதைத்துத் தள்ளிய அம்பு மழை போல, மழை பொழிய வேண்டும் என்கிறார்கள். உலகத்துள் உள்ளவர்கள் எல்லாம் வாழ மழை பொழிய வேண்டும் என்கிறார்கள்.

ஊழி முதல்வ னுருவம்போல் மெய்கறுத்து பாழியந்
தோளுடைப் பற்பநா பன்கையில் ஆழிபோல் மின்னி
வலம்புரிபோல் நின்றதிர்ந்து தாழாதே சார்ங்க முதைத்த
சரமழைபோல் வாழ உலகினில் பெய்திடாய்!

'மழையே' உலகத்தவர் வாழவும் ஆய்ச்சியர்களாகிய நாங்கள் மகிழ்ந்து மார்கழி நீராடவும் பொழிவாயாக என்று மழைக் கடவுளுக்குக் கட்டளை இடுகிறார்கள். கிருஷ்ண பகவானுடைய பரம பக்தைகளாக விளங்கும் ஆய்ச்சியர்கள் கண்ணனுடைய மேனி நிறம், சங்கு சக்கரங்கள், சார்ங்கமாகிய வில், அம்பு மழை ஆகியவற்றை நினைவூட்டுகிறார்கள்.

திருமாலைப் போல மேகம் கறுப்பும், அவன் கையில் உள்ள சக்கராயுதம் போல் மின்னும், பிறிதொரு கையில் உள்ள வலம்புரி சங்குபோல் ஓசையும், கையில் உள்ள சார்ங்கமாகிய வில்லிலிருந்து புறப்படும் அம்புபோல் வானத்திலிருந்து பொழியும் அடை மழையும் ஈண்டு நினைக்கத்தக்கன. திருமாலுடைய அன்பு மழை போல உலகத்தவர் எல்லாம் வாழ மழையே நீ பெய்திட வேண்டும். நாங்களும் மார்கழி நீரினில் மகிழ்ந்து ஆடவேண்டும் என்று ஆய்ச்சியர்கள் கண்ணனுடைய அருளை வேண்டிப் பாடிப் பரவி நிற்பதை இந்தத் திருப்பாவை புலப்படுத்தி நிற்கிறது.

ஆழி மழைக்கண்ணா! ஒன்றும்நீ கைகரவேல்;
ஆழியுள் புக்கு முகந்துகொ டார்த்தேறி,
ஊழி முதல்வ னுருவம்போல் மெய்கறுத்து,
பாழியந் தோளுடைப் பற்பநா பன்கையில்
ஆழிபோல் மின்னி வலம்புரிபோல் நின்றதிர்ந்து,
தாழாதே சார்ங்க முதைத்த சரமழைபோல்,
வாழ உலகினில் பெய்திடாய், நாங்களும்
மார்கழிநீ ராட மகிழ்ந்தேலோ ரெம்பாவாய். (4)

5. மாயனை

மாயனை மன்னு வடமதுரை மைந்தனை
தூய பெருநீர் யமுனைத் துறைவனை
ஆயர் குலத்தினில் தோன்றும் அணிவிளக்கை,
தாயைக் குடல்விளக்கஞ் செய்ததா மோதரனை,
தூயோமாய் வந்துநாம் தூமலர்தூ வித்தொழுது,
வாயினால் பாடி மனத்தினால் சிந்திக்க,
போய பிழையும் புகுதருவான் நின்றனவும்,
தீயினில் தூசாகும் செப்பேலோ ரெம்பாவாய்.

சென்ற பாசுரத்தில் கண்ணபெருமானின் கணக்கிலாத கருணைத் திறத்தையும், ஆற்றலையும் புலப்படுத்திய ஆய்ச்சியர்கள் இந்தத் திருப்பாசுரத்தில் அவனுடைய அளவிலா அருள்திறத்தினை மேலும் விவரிக்கின்றார்கள். திருமாலின் திருப்பெயரைப் பலமுறைப் பன்னிப் பன்னிப் பேசி மகிழ்கின்ற போக்கு இப்பாடலில் வெளிப்படுகின்றது. தொடக்கத்திலேயே "மாயனை மன்னு வட மதுரை மைந்தனை' என்று விளிக்கின்றனர். மாயனாக இருந்து நம்முடைய பாவங்களையெல்லாம் மாய்ப்பான் என்னும் உட்பொருள் தொடக்கத்திலேயே பெறப்படுகின்றது.

இறைவனுடைய வழிகளும் செயல்களும் மாயமானவை; வியப்பானவை. நேயனாக விளங்குகின்ற மாயன் நல்வழி காட்டும் நாயகன் என்பதனை முதற் சொல்லிலேயே குறிப்பிட்ட ஆய்ச்சியர் மன்னு வடமதுரை மைந்தன் என்று மேலும் கூறுகின்றனர். மன்னுதல் என்றால் நிலைபெறுதல் என்பது பொருள். நிலைபெற்ற வடமதுரையில் பிறந்த மைந்தன் என்பது இத்தொடரின் பொருள். மைந்து என்றால் வலிமை என்பது பொருள். கண்ணன் பிறக்கும் போதே

கம்சனின் சிறையில் இருந்த அவனுடைய தாய் தந்தையர்களின் கால் விலங்குகள் இற்று முறிந்து போய்விட்டன. "தந்தை காலின் பெரு விலங்கு தான் அவிழ, நல்லிருக்கண் வந்த எந்தை" என்னும் தொடரை நினைவுபடுத்திக் கொள்ளலாம். இந்த வடமதுரை மைந்தன் பருவம் வாரா அளவிலேயே அசுரர் குலத்தில் உதித்த தன் மாமனாகிய கம்சனை வதைத்த மிடுக்கினைக் காணலாம். 'மாயன்' என்றும் 'வடமதுரை மைந்தன்' என்றும் சொன்னவர்கள், மூன்றாவதாக, "தூய பெருநீர் யமுனைத்துறைவன்'' என்றும் சொல்கிறார்கள். யமுனை என்றாலே கருமை என்பது பொருள். யமுனை நதி கரிய நிறம் வாய்ந்தது. அந்த யமுனைத் துறைவன் கண்ணனே ஆவன். தூய்மை உடைய வெள்ளம் பரந்து பாயும் யமுனை ஆற்றங்கரையிலே அவன் ஆடிப் பாடி மகிழ்ந்தவன். எனவேதான் 'தூய பெருநீர் யமுனைத் துறைவன்' என்றனர். 'ஆயர் குலத்தினில் தோன்றும் அணிவிளக்கு' என்பது நான்காவதாக அவர்கள் மொழியும் திருநாமப் பெருமையாகும்.

'குற்றம் ஒன்றில்லாக் கோவலர்' என்று இடையர் குலம் புகழ்ந்துரைக்கப்பட்டது. தமிழின் முதற் காப்பியமாம் சிலப்பதிகாரத்திலும், இடையர் குலத்தின் ஏற்றம் இளங்கோவடிகளால் எடுத்துரைக்கப்பட்டுள்ளது.

வன்னிலமாம் குறிஞ்சிக்கும், மென்னிலமாம் மருதத்திற்கும் இடைப்பட்ட நிலமாம் முல்லை நிலத்தில் வாழும் மக்கள் 'இடையர்' எனப்பட்டனர். இவ்விடையர்கள் ஆக்களை மேய்த்தலால் ஆயர் எனப்பட்டனர். அந்த ஆயர்குலத்தில் தோன்றிய நந்தகோபன், யசோதை ஆகியவர்களால் ஆயர்பாடியில் வளர்க்கப்பெற்ற அருஞ் செல்வனே கண்ணன் ஆவன். ஆயர்குல அணி விளக்கு என்று கண்ணன் அழைக்கப்படுவதிலே ஒரு பொருள் உண்டு. ஆயர் குலத்திற்கே விளக்காக இருக்கிறான் என்பதற்கு மேலும் ஓர் உட்பொருள் இத்தொடரில் புதைந்து கிடக்கின்றது. வேதம் ஓதியும் காண முடியாத கடவுளை மாடு மேய்த்து ஆயர்கள்

கண்டுகொண்டார்களாம், என்னும் கூற்றில் கண்ண பெருமானின் சௌலப்பியம் எளிமை புலப்படுத்தப் படுகின்றது. ஐந்தாவதாக "தாயைக் குடல் விளக்கம் செய்த தாமோதரன்' என்று பரவிப் போற்றுகிறார்கள். திருமறைக்கும் எட்டாதவன் யசோதை கட்டிய கயிற்றில் கட்டுப்பட்டான் என்பது விளங்கத் 'தாமோதரன்' என்ற சொல் பெய்யப்பட்டுள்ளது. கயிற்றுத் தழும்பை வயிற்றில் உடையவன் என்னும் விளக்கத்தை உள்ளடக்கி நிற்கும் சொல்லே தாமோதரன் என்பது. யசோதை கட்டிய கயிற்றால் தன் வயிற்றில் தழும்பு ஏற்படக் கண்ணன் ஆயர்பாடியில் வதிந்தான் என்பது கண்ணனுடைய பாலசரிதம் ஆகும். கண்ணனுடைய எளிமைக்குச் சான்றாக அவனுடைய வயிற்றுத் தழும்பு திகழ்கின்றது. தன்னுடைய பிறப்பினால் தன்னைப் பெற்ற வயிற்றுக்குப் பெருமை சேர்த்தவன் என்பது 'தாயைக் குடல் விளக்கம் செய்த தாமோதரன்' என்ற தொடரால் பெறப்படுகின்றது. தன் வயிற்றுத் தழும்பினால் தாயை வாழ்வித்து உலகையும் வாழ்வித்தவன் தாமோதரன்.

இனி ஒருமுறை அவனுடைய திருப்பெயர்களை ஒருங்கே பார்ப்போம்.

மாயனை மன்னு வடமதுரை மைந்தனை
தூய பெருநீர் யமுனைத் துறைவனை
ஆயர் குலத்தினில் தோன்றும் அணிவிளக்கை,
தாயைக் குடல்விளக்கஞ் செய்ததா
மோதரனை....

தாங்கள் நாட்காலே நீராடித் தூயவர்களாய் வந்ததனையும், தூய மலர்கள் தூவித் தொழுததனையும், வாயினால் பாடி மனத்தினால் சிந்தித்ததனையும் எடுத்துச் சொல்கிறார்கள்.

இவ்வாறு அகத்தூய்மையோடு அன்பு செலுத்தினால் ஏற்கெனவே செய்த பிழைகளும் இனிமேல் ஏற்படக்கூடிய பிழைகளும், தீயினில் பஞ்சு போலத் தீய்ந்து விடும் என்று சொல்கிறார்கள். இதனால் முற்காலத்தே அறியாமல் செய்த

பிழைகளும், பிற்காலத்தே நேரக்கூடிய பிழைகளும் கண்ணனுடைய திருப்பெயர்களை முறையாக உச்சரித்தால் போய்விடுவதோடு புது வாழ்வு பெறலாம் என்னும் நம்பிக்கையை ஊட்டுவது போல் ஆய்ச்சியர் பேசுகின்றனர். இத்திருப்பாசுரத்தின் வழி, திருமாலின் திருப்பெயர்களைச் சொல்லிக் கொண்டு, பாடிப் பரவிக் கொண்டு, நோன்பு நோற்று, அவனுடைய அடிகளை அடைய முடியும் என்பதனை உறுதியாகக் கூறுகிறார்கள் ஆய்ப்பாடிப் பெண்கள்.

மாயனை மன்னு வடமதுரை மைந்தனை
தூய பெருநீர் யமுனைத் துறைவனை
ஆயர் குலத்தினில் தோன்றும் அணிவிளக்கை,
தாயைக் குடல்விளக்கஞ் செய்ததா மோதரனை,
தூயோமாய் வந்துநாம் தூமலர்தூ வித்தொழுது,
வாயினால் பாடி மனத்தினால் சிந்திக்க,
போய பிழையும் புகுதருவான் நின்றனவும்,
தீயினில் தூசாகும் செப்பேலோ ரெம்பாவாய். (5)

6. புள்ளும் சிலம்பின காண்

புள்ளும் சிலம்பினகாண் புள்ளரையன் கோயிலில்
வெள்ளை விளிசங்கின் பேரரவம் கேட்டிலையோ?
பிள்ளாய்! எழுந்திராய்; பேய்முலை நஞ்சுண்டு,
கள்ளச் சகடம் கலக்கழியக் காலோச்சி,
வெள்ளத் தரவில் துயிலமர்ந்த வித்தினை,
உள்ளத்துக் கொண்டு முனிவர்களும் யோகிகளும்,
மெள்ள எழுந்தங் கரியென்ற பேரரவம்
உள்ளம் புகுந்து குளிர்ந்தேலோ ரெம்பாவாய்.

இதுகாறும் சொல்லப்பெற்ற ஐந்து திருப்பாசுரங்களால் பாவை நோன்பு நோற்க மார்கழி நீராடலுக்கு வரருங்கள் என்று அழைத்ததனையும், பனி நீராடலின் உட்பொருளையும், நோன்பிற்குச் செய்யும் கிரிசைகளையும், நாடு செழிக்க மழை வேண்டும் திறத்தினையும், பத்மநாபனின் திருக்கோல மேன்மையினையும், செய்த பாவங்களை வேரோடு அறுக்கும் பெற்றி வாய்ந்த திருமாலின் திருநாமப் பெருமையினையும் கண்டோம்.

ஆறாம் பாசுரம் முதல் பதினைந்தாம் பாசுரம் வரை அமைந்துள்ள பத்துப் பாசுரங்களால் முற்பட எழுந்துவிட்ட பெண்கள் இன்னும் துயிலில் இருந்து எழாத பெண்களை எழுப்பும் காட்சியினைக் காண இருக்கின்றோம். எனவே இந்தப் பத்துப் பாசுரங்களையும், துயில் எழுப்பும் பாசுரங்கள் பள்ளியெழுச்சிப் பாடல்கள் எனலாம். சங்ககாலத்தே அரசர் பெருமக்களுக்குப் பள்ளியெழுச்சி பாடித் துயில் உணர்த்துவது உண்டு. மாணிக்கவாசகர் சிவபெருமானுக்குத் திருப்பள்ளியெழுச்சி பாடினார். திருமாலுக்குத் தொண்டரடிப் பொடியாழ்வார் திருப்பள்ளியெழுச்சி பாடினார்.

அவ்வகையில் ஆண்டாள் பாடிய திருப்பள்ளியெழுச்சியாகப் பின்வரும் பத்துப் பாசுரங்களும் அமைகின்றன. ஏற்கெனவே படுக்கையில் இருந்து விழித்துக் கொண்டவர்கள் கூட்டமாகக் கூடி வந்து இன்னும் படுக்கையைவிட்டு எழாதவர்களுக்குப் பள்ளியெழுச்சி பாடுவதைப் போலப் பாடித் துயில் எழுப்புகிறார்கள். பெரும்பாலும் இப்பத்துப் பாசுரங்களும் நாடகப் போக்கிலும், உரையாடல் அமைப்பிலும் சிறந்து விளங்குகின்றன.

இனி, ஆறாவது திருப் பாசுரத்தைக் காண்போம். முன்னமே துயில் உணர்ந்து வீதி வழியே வருகிற ஆய்ச்சியர் கூட்டத்தில் ஒருத்தி, இன்னும் படுக்கையை விட்டு எழுந்திராத ஒருத்தியை எழுப்பும் போது 'புள்ளும் சிலம்பினகாண்' என்கிறாள். விடிந்தும் விடியாத காலையில் என்னை எழுப்ப வந்து விட்டீர்களோ? என்று வீட்டின் உள்ளே படுக்கையில் படுத்துக்கிடப்பவள் கேட்டதாக எண்ணிக்கொண்டு, வெளியே இருப்பவள் அதற்கு மறுமொழி கூறும் போக்கில் இப்பாசுரம் அமைந்துள்ளது. பொழுது விடிந்ததற்கு அடையாளமாக, முதல் சாட்சியாகப் பல்வேறு பறவைகள் கூவுதலைச் சுட்டிக் காட்டுகின்றாள். இரண்டாவது சாட்சியாகப் புள் அரையன் கோயிலில் கருடனுக்குத் தலைவனான திருமால் - பெருமாள் கோயிலில் வெள்ளைச் சங்கு ஊதுகிறார்கள். அதனைக் கேட்கவில்லையா? என்கிறாள். இதனையே "வெள்ளை விளி சங்கின் பேரரவும் கேட்டிலையோ" என்கிறாள். வைகறையில் "வாருங்கள், கோயிலுக்கு வாருங்கள், பெருமாள் கோயிலுக்கு வாருங்கள்" என்று எல்லோரும் கேட்கும் வண்ணம் பெரும் சத்தத்தோடு வெள்ளைச் சங்கு ஊதப்படுகின்றதாம். எனவே அச்சங்கு 'விளிசங்கு' எனப்பட்டது. இவ்வாறு பெருமாள் கோவில் சங்கு முழக்குகின்ற பேரோசை உன் காதில் விழவில்லையா என்று வெளியில் கூட்டமாக இருப்பவர்களில் ஒருத்தி கேட்கிறாள். பறவை கூவுதலையும், சங்கு கூவி அழைத்தலையும் குறிப்பிட்ட பின் பிள்ளாய் எழுந்திராய் என்கிறாள். மூன்றாவதாக 'ஹரிஹரி' என்று தவ

முனிவர்களும், தவஞானச் சிரேட்டர்களும், யோகிகளும் சொல்லிக் கொண்டே துயிலுணர்ந்து எழுந்திருக்கும் ஒலி உன் காதுகளில் விழவில்லையா என்று கேட்கிறாள். இந்தப் பாசுரத்தில் ஆயர்பாடியில் கண்ணன் இளவயதில் நிகழ்த்திய சில அற்புதச் செயல்கள் விவரிக்கப்படுகின்றன.

கம்சன், தன் உயிருக்கு ஆபத்தை விளைவிப்பான் கண்ணன் என்ற சோதிடர் வாய்மொழியினைத் தேறி, கண்ணனை வஞ்சனையாக அழிக்கப் பல்வகை உபாயங்களை மேற்கொள்கின்றான். பூதனை என்னும் பேய் மகளை அனுப்பி அவளைக் கொண்டு ஆயர் பாடியில் வளரும் கண்ணனுக்குப் பாலூட்டச் சொல்கிறான். கொடிய விஷம் தோய்ந்த பாலினைத் தன்மார்பகத்தே கொண்டிருந்த பூதனையைப் பால் குடிப்பது போலப் பாவனை செய்து கண்ணன் கொன்றுவிடுகின்றான். அடுத்துக் கள்ளத்தனமாக அசுர ஆற்றல் பெற்று வண்டி வடிவில் வந்த சகடா சூரனைக் கட்டு அழியும்படித் தன் காலால் ஓங்கி உதைத்து அழிக்கிறான் கண்ணன். பாற்கடல் வெள்ளத்திலே ஆதிசேஷன் என்னும் பாம்பாகிய படுக்கையில் படுத்துக் கொண்டிருக்கின்றான் பாரளந்த பரந்தாமன். அறி துயில் கொள்கின்ற அந்த அரியினை முனிவர்களும், யோகிகளும் வைகறையில் துயில் உணர்ந்து எழுந்து 'ஹரி ஹரி' என்று வழுத்துகின்ற பேரொலி உன்னுடைய உள்ளத்திலே புகுந்து அதனால் உன் உள்ளம் குளிர்ந்து எழுந்து வருவாயாக என்கிறாள். இனிப் பாசுரத்தைக் காண்போம்.

பிள்ளாய்! எழுந்திராய்; பேய்முலை நஞ்சுண்டு,
கள்ளச் சகடம் கலக்கழியக் காலோச்சி,
வெள்ளத் தரவில் துயிலமர்ந்த வித்தினை,
உள்ளத்துக் கொண்டு முனிவர்களும் யோகிகளும்
மெள்ள எழுந்தங் கரியென்ற பேரரவம்
உள்ளம் புகுந்து குளிர்ந்தேலோ ரெம்பாவாய்.

எனவே இத் திருப்பாசுரம், பொழுது புலர்ந்து விட்டது என்பதற்குப் பறவைகள் ஒலி எழுப்பியதனையும், பெருமாள்

கோயிலில் காலை வேளையில் ஒலிக்கின்ற சங்கொலியினையும், அரிநாமத்தைச் சொல்லிக் கொண்டே எழுகின்ற பெரியவர்களின் நிலையினையும் குறிப்பிட்டு இந்த மூன்று அடையாளங்களையும், அறிந்துணர்ந்த பிறகாவது நீ எழுந்திருக்க வேண்டும் என்பதனை வெளியே இருக்கும் ஒருத்தி, வீட்டின் உள்ளே படுத்திருக்கும் ஒருத்திக்குச் சொல்லும் போக்கில் அமைந்துள்ளது எனலாம்.

புள்ளும் சிலம்பினகாண் புள்ளரையன் கோயிலில்
வெள்ளை விளிசங்கின் பேரரவம் கேட்டிலையோ?
பிள்ளாய்! எழுந்திராய்; பேய்முலை நஞ்சுண்டு,
கள்ளச் சகடம் கலக்கழியக் காலோச்சி,
வெள்ளத் தரவில் துயிலமர்ந்த வித்தினை,
உள்ளத்துக் கொண்டு முனிவர்களும் யோகிகளும்,
மெள்ள எழுந்தங் கரியென்ற பேரரவம்
உள்ளம் புகுந்து குளிர்ந்தேலோ ரெம்பாவாய். (6)

7. கீசுகீசு என்று

கீசுகீ சென்றெங்கும் ஆனைச்சாத் தன்கலந்து
பேசின பேச்சரவம் கேட்டிலையோ பேய்ப்பெண்ணே!
காசும் பிறப்பும் கலகலப்பக் கைபேர்த்து
வாச நறுங்குழ லாய்ச்சியர் மத்தினால்
ஓசைபடுத்த தயிரரவம் கேட்டிலையோ?
நாயகப் பெண்பிள்ளாய்! நாரா யணன்மூர்த்தி
கேசவனைப் பாடவும் நீ கேட்டே கிடத்தியோ?
தேச முடையாய்! திறவேலோ ரெம்பாவாய்.

மேலைப் பாசுரத்தில் கண்டது போலவே கிருஷ்ண பக்தியில் திளைத்த ஒருத்தி, அந்தப் பக்தி மயக்கத்தில் படுக்கையில் மெய்மறந்து படுத்துக் கிடக்கிறாள். புரண்டு புரண்டு படுக்கிறாள். இன்னும் துயிலுணரவில்லை. பொழுது விடிந்தது என்று கூடத் தெரியவில்லை. எனவே, ஆய்ச்சியர்கள் கூட்டமாக வந்து வீட்டின் வெளியே நின்றுகொண்டு 'பொழுது விடிந்து விட்டது, எழுந்து வா' என்று கூப்பிட்டும் இவள் எழுந்து வரவில்லை. உள்ளிருந்து கொண்டே 'விடிந்ததற்கு அடையாளம் தான் என்ன?' என்று ஒரு வினா எழுப்புகின்றாள். எனவே, இப்பொழுது வெளியில் நிற்பவர்களுள் ஒருத்தி, அவள் வினாவுக்கு விடை கூற முற்படுகின்றாள். 'கீச்சாங்குருவி' 'கீச்சுக் கீச்சு' என்று பேசிக் கொண்டிருக்கிறதே, அந்த அடையாளம் தெரியவில்லையா? என்று கேட்கிறாள். கீச்சாங்குருவி ஆணைச்சாத்தன் தன்னுடைய பெண் குருவியுடன் சேர்ந்து பேசும் பேச்சு கீச்சுப் பேச்சு எனப்படுகின்றது. அந்தக் கீச்சுப் பேச்சு கேட்கவில்லையா என்று கேட்கிறாள். அதைக் கேட்டுங்கூட உள்ளே இருப்பவள் எந்த ஓர் அசைவுமின்றி வாளாக் கிடக்கின்றாள். வினா விடுத்தவளுக்கு விடை விடுத்தும்

அவள் விழித்திருந்தும் மறுமொழி புகலாமல் இருக்கின்றாளே என்று வெளியே இருப்பவளுக்கு வெகுளி ஏற்படுகின்றது. அந்தக் கோபத்தைப் 'பேய்ப்பெண்ணே' என்று உள்ளே இருப்பவளைக் கூப்பிட்டுப் புலப்படுத்துகின்றாள். கோபமாகப் பேசி விட்டோமே, உள்ளே இருப்பவளை எப்படியாவது சமாதானப்படுத்தி மார்கழி நீராடலுக்கு அழைத்துச் செல்ல வேண்டுமே என்று எண்ணியவளாய், வெளியே இருப்பவள் காலைக் காட்சிகளை எடுத்து மொழிகின்றாள்.

முதலாவதாக, நறுமணம் கமழும் எண்ணெய் பூசிய கூந்தலை உடைய ஆய்ச்சியர்கள் மத்தினால் தயிர் கடையும் ஓசை உன் காதில் விழவில்லையா? என்று கேட்கின்றாள். அமைதி கொலுவீற்றிருக்கும் வைகறை வேளையில் அவ் அமைதியைக் குலைத்துக் கொண்டு எழுகின்றது ஆய்ச்சியர் தயிர் கடையும் ஓசை, வெண்மையான தயிரை வன்மையான மத்து கொண்டு கடைகின்ற பொழுது எழும் ஓசை 'மலையிட்டுக் கடலைக் கலக்கினாற் போல'க் காதில் எல்லோருக்கும் விழுகிறதே! உன் காதில் விழவில்லையா? என்கிறார்கள். இந்த ஆய்ச்சியர் தங்கள் மார்பில் காசுமாலை என்ற அச்சுத்தாலியும் ஆமைத்தாலியும் அணிந்திருக்கிறார்கள். ஆய்ச்சியரின் இரு கைகளும் முன்பின்னாக மாறித் தயிர் கடையும் பொழுது அச்சுத்தாலியும் ஆமைத்தாலியும் கலகலவென்று ஒலி எழுப்புகின்றன.

காசும் பிறப்பும் கலகலப்பக் கைபேர்த்து
வாச நறுங்குழ லாய்ச்சியர் மத்தினால்
ஓசைபடுத்த தயிரரவம் கேட்டிலையோ?

இன்னும் உள்ளே இருப்பவள் மறுமொழி பேசவில்லை. எனவே, அவளை அமைதிப்படுத்த வேண்டும் என்று கருதி 'பெண்களுக்கெல்லாம் நாயகமாய் - தலைமையாக இருப்பவளே' என்னும் பொருளில் 'நாயகப் பெண்பிள்ளாய்' என்று விளிக்கின்றாள். 'பேய்ப்பெண்ணே' என்று கூப்பிட்டவள் 'நாயகப் பெண்பிள்ளாய்' என்று இப்பொழுது

அழைக்கின்றாள். நாராயணமூர்த்தியை, கேசவனை எல்லாரும் பாடித் துதி செய்கிறார்கள். இந்தத் துதியின் ஒலியும் கேட்டும் நீ வாளா கிடக்கின்றாயே என்று பேசுகிறாள். மீண்டும் அவளிடமிருந்து மறுமொழி ஏதுமில்லை. எனவே, ஒளிமிக உடையவளே எனும் பொருளில் 'தேசமுடையாய்' என்று குறிப்பிட்டு, கதவைத் திறப்பாயாக என்னும் பொருளில் 'திறவேலோர் எம்பாவாய்' என்று முடிக்கின்றாள்.

இந்தத் திருப்பாசுரத்தில் கீச்சாங் குருவியின் கீச்சுக்கீச்சு ஒலி, ஆய்ச்சியர் தயிர் கடையும் ஓசை, கேசவனைப் பக்திப் பரவசத்துடன் பாடும் ஒலி ஆகிய மூன்று ஒலிகளைக் கேட்டும் உள்ளிருந்தே உறங்குகின்றாயே, கதவைத் திறந்து எழுந்து வா என்னும் கருத்துப் புலப்படுகின்றது.

கீசுகீ சென்றெங்கும் ஆனைச்சாத் தன்கலந்து
பேசின பேச்சரவம் கேட்டிலையோ பேய்ப்பெண்ணே!
காசும் பிறப்பும் கலகலப்பக் கைபேர்த்து வாச நறுங்குழ
லாய்ச்சியர் மத்தினால் ஓசைபடுத்த தயிரரவம் கேட்டிலையோ?
நாயகப் பெண்பிள்ளாய்! நாரா யணன்மூர்த்தி கேசவனைப்
பாடவும் நீ கேட்டே கிடத்தியோ?
தேச முடையாய்! திறவேலோ ரெம்பாவாய். (7)

8. கீழ்வானம்

கீழ்வானம் வெள்ளென் றெருமை சிறுவீடு
மேய்வான் பரந்தனகாண் மிக்குள்ள பிள்ளைகளும்
போவான்போ கின்றாரைப் போகாமல் காத்துன்னைக்
கூவுவான் வந்துநின்றோம் கோது கலமுடைய
பாவாய்! எழுந்திராய் பாடிப் பறைகொண்டு
மாவாய் பிறந்தானை மல்லரை மாட்டிய
தேவாதி தேவனைச் சென்று நாம் சேவித்தால்
ஆவாவென் றாராய்ந் தருளேலோ ரெம்பாவாய்.

ஆய்ச்சியர் பெண்கள் உறங்கிக் கிடக்கும் ஒரு பெண்ணை எழுப்புவதற்கு, அவள் வீட்டு வாசலில் கூட்டமாய் வந்து நிற்கிறார்கள். "எங்களுக்கெல்லாம் பொழுது விடிந்து விட்டதே! உனக்கு இன்னும் பொழுது விடியவில்லையா?" என்று கேட்கிறார்கள். உள்ளிருப்பவள் எழுந்திருக்காததற்குக் காரணம் அவளுக்குப் பொழுது விடிந்தது புலப்படவில்லையோ என்ற ஓர் ஐயப்பாட்டைத் தங்களுக்குள்ளேயே எழுப்பிக் கொள்கிறார்கள். கதிரவன் தோன்றும் கீழ்த்திசை வள்ளென்று வெளுத்து ஆகாயத்திலே அதன் வண்ணம் பரவுகின்றதே! என்று ஒருத்தி பேசுகின்றாள். உள்ளே இருப்பவளிடம் இருந்து மறுமொழி ஏதும் வரவில்லை. அதற்குள்ளே பொழுது விடிந்து விட்டிருக்குமா என்று உள்ளே இருப்பவள் மயக்கத்தோடு எண்ணுகின்றாள். எனவே, வெளியே இருப்பவள் வேறோர் அடையாளத்தைச் சொல்ல முற்படுகின்றாள். சிற்றூர்களில் அதிகாலை நேரத்தில் இன்றைக்கும் காணக்கூடிய ஒரு காட்சியை உள்ளிருப்ப வளின் கவனத்திற்குக் கொண்டு வருகிறாள். எருமைகள் பால் சுரப்பதற்கு முன்னே கிழக்கு வெளுக்கும் நேரத்தில் பனிப்புல் மேய்ந்தால் பால் மிகுதியாகக் கறக்கும் என்பது ஆயர்களின்

நம்பிக்கை. காலையில் பால் கறந்த பின்பு மாலை இருட்டும் வரை அப்பகற் பொழுதிலெல்லாம் மேய்ச்சல் நிலத்தில் வெளியே மேய விடுவதனை வழக்காறாகக் கொண்டிருப்பவர்கள் ஆயர்கள். முழுநாளும் மேய்வதற்கு முன் வைகறையில் எருமைகளைப் பனிப்புல் மேய விடுவதனைச் 'சிறுவீடு' என்று செப்புவர். இந்த அடையாளத்தைத் தான் உள்ளே இருப்பவளுக்கு,

'எருமை சிறுவீடு மேய்வான்
பரந்தனகாண் '

என்று வெளியே இருப்பவள் சொல்கிறாள்.

அவரவர் வீட்டிற்கு அருகிலேயே உள்ள அவர்களுக்குச் சொந்தமான பசும்புல் நிறைந்த சிறு தோட்டங் களில் எருமைகளை மேய்வதற்கு விடுவதைச் 'சிறுவீடு' என்பர். அந்தச் சிறுவீடு, உள்ளே படுத்திருக்கும் பெண்ணின் தோட்டத்திலேயே அமைந்திருக்கலாம், அதைக்கூட உணரவில்லையா என்று கேட்கும் போக்கில் வெளியே இருப்பவளின் பேச்சு அமைகின்றது. எருமைகள் மட்டுமா எழுந்து விட்டன? ஒவ்வொரு வீட்டில் உள்ள பிள்ளைகளும் பெண்பிள்ளைகளும் நீராடப் போவதற்குப் புறப்பட்டு விட்டார்கள். பெண்கள் நோன்பு நோற்கப் புறப்பட்டு விட்டார்கள். நோன்புக்கு முன் நீராட வேண்டும். அதற்காகப் புறப்பட்டு விட்டார்கள். எனவே நாங்களும் அவர்களோடு செல்ல வேண்டும். உன்னை விட்டுப் போவது உரிய செயல் ஆகாது. எனவே முன்னால் போகின்றவர்களைத் தடுத்து நிறுத்தி, உன்னை அழைப்பதற்காக உன் வீட்டு வாசலில் கூடியுள்ளோம் என்கின்றனர். மேலும்

'கோது கலமுடைய பாவாய்'

என்கின்றனர்.

கண்ணன்மாட்டுப் பேரன்பு கொண்டவள் இப்பெண். எனவே, எங்களுடைய சொல்லை ஏற்று, பறை கொண்டு செல்ல

வேண்டும். நோன்பு நோற்பதற்குப் பறை வேண்டும். பறையினைக் கண்ணனைப் பாடிப் பெற வேண்டும். முதல் பாட்டிலேயே 'நாராயணனே நமக்கே பறை தருவான்' என்று சொன்னவர்கள் அன்றோ இவர்கள்! அடுத்து, கண்ணனுடைய வீர தீரச் செயல்களை விளக்க முற்படுகிறார்கள். குதிரை வடிவமாக வந்த அசுரனை வாயைப் பிளந்து கொன்றான் கண்ணன். கம்சனால் அனுப்பப்பட்ட மல்லர்களையும் நூற்றுவர் தலைவன் துரியோதனன் நிலவறையில் வைத்திருந்த மல்லர்களையும் தன் வீர தீரப் பராக்கிரமத்தால் வென்ற செய்தி நானிலம் நன்கு அறிந்ததே. அப்படிப்பட்ட தேவர்களுக்கெல்லாம் தேவனாக விளங்குகின்ற அக் கண்ணனைச் சென்று, அவனடியினைச் சேவித்தால் நற்பயன் பெறலாம். நாங்கள் கூறுகின்ற இக் கருத்தினை 'அ ஆ' என்று ஆய்ந்து ஏற்றுக் கொள்ள வேண்டும் என்கிறாள். கண்ணனுடைய அருளுக்குப் பெரிதும் பாத்திரமான வீட்டினுள்ளே பொய்யுறங்கும் இம் மங்கையை எழுப்பிக் கொண்டு அவளோடு கண்ணனிடம் சென்றால் கண்ணனுடைய அருள் எல்லோருக்கும் எளிதாகக் கிடைக்கும் என்ற நோக்கத்துடன் கண்ண பக்தியில் ஆழங்காற் பட்டிருக்கும் ஒரு பெண்ணை எழுப்பும் முகமாக அமைந்தது இத் திருப்பாசுரம் எனலாம்.

கீழ்வானம் வெள்ளென் றெருமை சிறுவீடு
மேய்வான் பரந்தனகாண் மிக்குள்ள பிள்ளைகளும்
போவான்போ கின்றாரைப் போகாமல் காத்துன்னைக்
கூவுவான் வந்துநின்றோம் கோது கலமுடைய
பாவாய்! எழுந்திராய் பாடிப் பறைகொண்டு
மாவாய் பிறந்தானை மல்லரை மாட்டிய
தேவாதி தேவனைச் சென்று நாம் சேவித்தால்
ஆவாவென் றாராய்ந் தருளேலோ ரெம்பாவாய். *(8)*

9. தூமணி மாடத்து

தூமணி மாடத்துச் சுற்றும் விளக்கெரியத்
தூபம் கமழத் துயிலணைமேல் கண்வளரும்
மாமான் மகளே! மணிக்கதவம் தாள்திறவாய்
மாமீர்! அவளை எழுப்பீரோ? உன்மகள் தான்
ஊமையோ? அன்றிச் செவிடோ? அனந்தலோ?
ஏமப் பெருந்துயில் மந்திரப் பட்டாளோ?
மாமாயன் மாதவன் வைகுந்த னென்றென்று
நாமம் பலவும் நவின்றேலோ ரெம்பாவாய்.

கண்ணனுடைய நினைவுடன் படுக்கையில் உறங்கியும் உறங்காமலும் இரண்டாட்டமாக இருக்கும் ஒரு பெண்ணைக் கூட்டமாக வந்த ஆய்ச்சியர்களில் ஒருத்தி எழுப்பும் போக்கில் இப்பாசுரம் அமைந்துள்ளது. சென்ற பாசுரங்களில் சினந்தும் நயந்தும் வீட்டின் உள்ளிருந்து உறங்குபவளை எழுப்பும் முயற்சி இந்தப் பாசுரத்திலும் தொடர்கிறது. குற்றமில்லாத ரத்தினங்களை இழைத்துச் செய்த மாளிகையில் அமைந்துள்ள அறையில் கண் வளர்கிறாள் கண்ணன் அடிமைத்திறம் உணர்ந்த பெண்.

அம் மணிமாடத்தில் அமைந்துள்ள படுக்கையறையில், படுக்கையைச் சுற்றி நாற்புறமும் ஒளிவிளக்குகள் எரிந்து கொண்டிருக்கின்றன. அகில் முதலான நறுமணப் பொருட்களின் புகை கமகமவென்று மணந்து மணம் வீசிக் கொண்டிருக்கின்றன. இத்தகைய இனிய சூழலில் மென்மையான மெத்தையில் கண்வளர்ந்து கொண்டிருக்கிறாள் ஒரு பெண். 'மாமன் மகளே' என்று இதுவரையிலும் உறவு கொண்டாடி மகிழும் பெண்கள் இன்று 'மாமான் மகளே' என்று விளிக்கிறார்கள். அவளுடைய

செல்வச் செழிப்பை அறிந்தவர்கள் ஆன காரணத்ததால் 'மணிக்கதவம் தாள் திறவாய்' என்று வேண்டிக் கொள்கிறார்கள். அவர்களினுடைய வேண்டுதலே அவள் மீது வெளியில் உள்ளவர்கள் கொண்டுள்ள மதிப்பைப் புலப்படுத்தும். அவளுடைய செல்வச் செழிப்பான வாழ்க்கையைச் சுட்டிக்காட்டுபவர்கள் தேர்ந்தெடுத்த சொற்களால் சுட்டிக் காட்டுகிறார்கள்.

தூமணி மாடத்துச் சுற்றும் விளக்கெரியத்
தூபம் கமழத் துயிலணைமேல் கண்வளரும்
மாமான் மகளே! மணிக்கதவம் தாள்திறவாய்
மாமீர்! அவளை எழுப்பீரோ?

இவ்வளவு சொல்லியும் அந்தப் பொய்யுறங்கும் மடந்தை, 'கண்ணன் வருகிறபோது வந்துவிட்டுப் போகட்டும்' என்று அமைதியோடு இருக்கிறாளாம். வெளியில் இருப்பவர்களே பனியில் நனைந்து குளிரில் நடுங்கி, 'கதவைத் திற கதவைத் திற' என்று கூறிக் கொண்டே இருக்கிறார்கள்.

உள்ளிருப்பவளோ ஒரு சொர்க்க போகமான சூழ்நிலையில் நறுமணம் கமழும் அறையில் மெத்தென்ற பஞ்சணை மேல் பள்ளி கொண்டு உறங்கியும் உறங்காமலும் இருக்கின்றாள். இந்த நேரத்தில் உள்ளே இருக்கும் பெண்ணின் தாயிடம் வெளியே இருப்பவர்கள் பேசத் தொடங்குகிறார்கள். சாளரத்தின் வழியே வெளியே வந்து விழும் அறையின் வெளிச்சம் பெண்ணின் தாயின் முகத்தைக் காட்டிக் கொடுத்துவிடுகிறது. உள்ளிருக்கும் பெண்ணை அழைத்து அழைத்துச் சலித்துப்போன பெண்களுக்கு இந்தத் தாயின் முகம் ஒரு நம்பிக்கையையும் புத்துணர்ச்சியையும் தருகின்றது.

'மாமீர்! அவளை எழுப்பீரோ'

என்று அந்தத் தாயோடு மாமி முறை கொண்டாடி அவளை எழுப்ப வேண்டும் என்று கேட்டுக் கொள்கிறார்கள். உண்மையிலேயே மாமி சற்று மனமிரங்கி இருக்க வேண்டும்.

வெளியே நிற்பவர்கள் படுகிற துன்பத்தை உணர்ந்திருக்க வேண்டும். ஆனால் மாமியின் முயற்சியும் பலிக்கவில்லை. எனவே அடுத்த கட்ட முயற்சிக்கு ஆயத்தமாகிறார்கள் வெளியில் இருக்கும் பெண்கள். உள்ளிருக்கும் தாயைப் பார்த்து 'உன்மகள் தான் ஊமையோ, இல்லையேல் செவிடோ, இல்லையேல் உறக்கமோ' என்று கோபத்தோடு கேட்கிறார்கள். இதுவரை பொறுமையோடு பேசியவர்கள் பொறுமையை இழக்கிறார்கள். எழுந்திருக்க முடியாதபடி பெருந்துயில் இவளைக் காவல் காக்க அந்தத் துயிலில் சிக்கிக் கொண்டாளோ? பெருந்துயில் ஒரு மந்திரத்தால் இவளைக் கட்டுப்படுத்தி விட்டதோ என்று ஐயப்பட்டுக் கேட்கிறார்கள். இப்படி இவள் ஒரேடியடியாக உறங்குவதற்கு மந்திரம் போட்டவர்கள் யார் என்று வியக்கிறார்கள். ஏனென்றால் வெளியில் இருக்கிறவர்கள் விளித்த போதும் அருகில் இருக்கிற தாய் அழைத்த போதும் எழவில்லை என்றால் யாரோ ஒருவர் மந்திரம் போட்டுத் தூக்கத்திலேயே வைத்திருக்க வேண்டும். தூக்கத்தில் இருந்து எழாமல் காவல் காத்துக் கொண்டிருக்க வேண்டும். வெளியிலே பெண்கள் பகவந் நாமத்தைப் பயிற்றத் தொடங்கி விட்டார்கள். 'மாமாயன்' என்கிறார்கள். 'மாதவன்' என்கிறார்கள். 'வைகுந்தன்' என்கிறார்கள். மந்திரத்திற்கு எதிர்மந்திரமாகக் கண்ணனின் கணக்கற்ற திருநாமங்கள் அமைகின்றன. மேலும்,

மாமீர்! அவளை எழுப்பீரோ? உன்மகள் தான்
ஊமையோ? அன்றிச் செவிடோ? அனந்தலோ?
ஏமப் பெருந்துயில் மந்திரப் பட்டாளோ?
மாமாயன் மாதவன் வைகுந்த னென்றென்று
நாமம் பலவும் நவின்றேலோ ரெம்பாவாய்.

மந்திரத்திற்குக் கட்டுப்பட்டவள் போல அவள் தூங்கவும், அந்த மந்திரத்தை முள்ளை முள்ளால் எடுப்பது போலத் திருமாலின் திருப்பெயர்களை மந்திர உச்சாடனமாக ஓதி அவளைத் துயில் எழுப்பும் தோழியர் திறமும் இந்தப் பாசுரத்தில் காணலாம்.

கவிச்சக்கரவர்த்தி கம்பரும் அசோகவனம் சென்று சீதையோடு பேச முற்படுமுன் அங்குச் சிறையிருந்த செல்விக்குக் காவலாக இருந்த அரக்கிகளெல்லாம் உறங்கும் வகையில் ஒரு மந்திரத்தை உச்சரித்துத் தன் செயலில் வெற்றி கொண்டான் எனக் குறிப்பிடுவதும் ஈண்டு நோக்கத்தக்கது.

தூமணி மாடத்துச் சுற்றும் விளக்கெரியத்
தூபம் கமழத் துயிலணைமேல் கண்வளரும்
மாமான் மகளே! மணிக்கதவம் தாள்திறவாய்
மாமீர்! அவளை எழுப்பீரோ? உன்மகள் தான்
ஊமையோ? அன்றிச் செவிடோ? அனந்தலோ?
ஏமப் பெருந்துயில் மந்திரப் பட்டாளோ?
மாமாயன் மாதவன் வைகுந்த னென்றென்று
நாமம் பலவும் நவின்றேலோ ரெம்பாவாய். (9)

10. நோற்றுச் சுவர்க்கம்

நோற்றுச் சுவர்க்கம் புகுகின்ற அம்மனாய்!
மாற்றமும் தாராரோ வாசல் திறவாதார்?
நாற்றத் துழாய்முடி நாராயணன் நம்மால்
போற்றப் பறைதரும் புண்ணியனால் பண்டொருநாள்
கூற்றத்தின் வாய்வீழ்ந்த கும்ப கருணனும்
தோற்றும் உனக்கே பெருந்துயில்தான் தந்தானோ?
ஆற்ற அனந்த லுடையாய்! அருங்கலமே!
தேற்றமாய் வந்து திறவேலோ ரெம்பாவாய்.

மேலைத் திருப்பாசுரத்துள் கிருஷ்ண பக்தியில் திளைத்து ஆனந்தப் பரவசம் கொண்டு சொர்க்கத்தைக் கற்பனையில் அனுபவித்துக் கொண்டிருக்கும் ஒரு பெண்ணின் பாங்கினைக் கண்டோம். வெளியில் இருப்பவர்கள் இவள் மட்டும் தன்னந்தனியாகக் கிருஷ்ண பக்தியில் மூழ்கித் தன்னலம் பாராட்டுவது தகாது. அவளை எழுப்பித் தங்களோடு சேர்த்துக் கொண்டு கிருஷ்ணானு பவத்தைப் பெற வேண்டும் என்று கருதுகிறார்கள். "நீ கொடுத்து வைத்தவள்; தவம் செய்தவள். அத்தவத்தின் பயனாகக் கண்ணன் மாட்டுப் பக்திக் காதல் கொண்டு நினைப்பளவில் சொர்க்கத்தை அனுபவித்துக் கொண்டிருப்பது எங்களுக்கு நன்கு தெரியும். நீ இப்படிக் கண்ணனை எண்ணி எண்ணித் தனியே மயங்கியும் தேறியும் இருப்பது சரியா? சற்று வெளியே வா, எங்களோடு கலந்து கொள்; எங்களுக்குத் தலைமை தாங்கி நடத்து; உன்னுடைய பக்திச் செல்வத்தை எங்களுடன் பாங்காகப் பகிர்ந்து கொள்'' என்று குறிப்பிடுகிறார்கள்.

'நோற்றுச் சுவர்க்கம் புகுகின்ற
அம்மனாய்'

என்ற விளியில் இத்துணைப் பொருள்களும் நிறைந்திருக் கின்றன. கதவைத் தான் திறக்கவில்லை. மறுமொழியாவது சொல்லக் கூடாதா? கதவையும் திறக்காமல் மறுமொழியும் தராமல் இருந்தால் என்ன பொருள்? ஆழ்ந்து உறங்குவதாக இதனை நாங்கள் எடுத்துக் கொள்ள வேண்டுமா? நறுமணம் கமழும் துளசியை முடியாகக் கொண்ட நாராயணன் நமக்குப் பறை தருவான். அவன் ஒருகால் இராமாவதாரத்தில் கும்பகர்ணனைப் போரில் வீழ்த்தினான். அந்தக் கும்ப கர்ணன் போரிலே தோற்று அவனுக்கே சிறப்பாக உரித்தான தூக்கத்தை உனக்குத் தந்து விட்டானா? என்று கேட்கிறார்கள். எள்ளல் குறிப்போடு இந்தப் பெண்கள் பேசும் பேச்சில் நகை இழையோடுகிறது.

............................பண்டுஒருநாள்
கூற்றத்தின் வாய்வீழ்ந்த கும்ப கர்ணனும்
தோற்றும் உனக்கே பெருந்துயில்தான் தந்தானோ?
ஆற்ற அனந்த லுடையாய்! அருங்கலமே!
தோற்றமாய் வந்து திறவேலோர் ரெம்பாவாய்!

மேலும் ஆழ்வார்களில் சிறந்தவரான நம்மாழ்வார்,

கற்பார் இராமபிரானை யன்றி
மற்றும் கற்பரோ?

என்று இராமாவதாரத்தின் சிறப்பை உணர்த்துவார். உள்ளிருந்து உறங்கும் பெண் கிருஷ்ணபக்தை ஆன காரணத்தால் தோற்றவர் பொருளை வென்றவர் கைப்பற்றிக் கொள்ளும் மரபு பற்றி இவளும் தோற்ற கும்பகர்ணனிடமிருந்து பெருந்துயிலைப் பெற்றுக் கொண்டாளோ என்று பேசுகிறார்கள்.

இறுதியில், உள்ளிருக்கும் மடந்தையைப் புகழ்கிறார்கள்.

ஆற்ற அனந்த லுடையாய்
அருங்கலமே!

என்று விளித்து, உறக்கம் தெளிந்து மயக்கம் நீங்கி, சோம்பல் முடித்துக் கதவை வந்து திற என்று கேட்கும் போக்கில்

தேற்றமாய் வந்து திறவேலோர்
எம்பாவாய்!

என்று முடிக்கிறார்கள்.

நோற்றுச் சுவர்க்கம் புகுகின்ற அம்மனாய்!
மாற்றமும் தாராரோ வாசல் திறவாதார்?
நாற்றத் துழாய்முடி நாராயணன் நம்மால்
போற்றப் பறைதரும் புண்ணியனால் பண்டொருநாள்
கூற்றத்தின் வாய்வீழ்ந்த கும்ப கருணனும்
தோற்றும் உனக்கே பெருந்துயில்தான் தந்தானோ?
ஆற்ற அனந்த லுடையாய்! அருங்கலமே!
தேற்றமாய் வந்து திறவேலோ ரெம்பாவாய். ***(10)***

11. கற்றுக் கறவை

கற்றுக் கறவைக் கணங்கள் பலகறந்து
செற்றார் திறலழியச் சென்று செருச்செய்யும்
குற்றமொன் றில்லாத கோவலர்தம் பொற்கொடியே!
புற்றர வல்குல் புனமயிலே! போதராய்
சுற்றத்துத் தோழிமா ரெல்லாரும் வந்துநின்
முற்றம் புகுந்து முகில்வண்ணன் பேர்பாட
சிற்றாதே பேசாதே செல்வப்பெண் டாட்டி! நீ
எற்றுக் குறங்கும் பொருளேலோ ரெம்பாவாய்.

இத்திருப்பாசுரத்தில் ஆயர்களின் பண்புநலன்கள் பரக்கப் பேசப்படுகின்றன. கன்றுகளுடன் கூடிய பசு மந்தைகளை வைத்துப் பால் கறக்கத் தெரிந்திருக்கிறார்கள் ஆயர்கள். இவர்களுக்குப் பசுக்களிடமிருந்து பால் கறக்க மட்டுமே தெரியும் என்று எண்ணவேண்டா. இவ் ஆயர் களுக்குப் பகைவருடன் போரிடவும் தெரியும். இவர்கள் வாழ்வில் குற்றம் ஏதும் அறியாதவர்கள், செய்யாதவர்கள். இவ்வாறு குற்றமே செய்யாத குணவியல்புகள் கொண்ட இவர்களுக்கும் வாழ்க்கையில் பகைவர்கள் உண்டோ என்றால் உண்டு என்றபடி, கண்ணன் கழலினைக் கருதாதவர்கள் எவர்களோ அவர்கள் எல்லாம் இவ் ஆயர்களுக்குப் பகைவர்களே ஆவர். கண்ணன் மாட்டுக் கோவலர்கள் கொண்டு செலுத்தும் அளவற்ற ஆராத அன்பினை இதன்வழி அறியலாம். 'ஆகாத்தோம்பி ஆப்பயன் அளிக்கும் கோவலர் வாழ்க்கை ஓர் கொடும்பாடில்லை' என்று சிலம்பும் செப்பிடுவதைக் காணலாம். இத்தகு தன்மை வாய்ந்த கோவலர்களுக்குப் பொற்றொடியாக வந்து வாய்த்தவளே என்று விளிக்கும் முகத்தான் பதினோராவது திருப்பாசுரம் தொடங்குகிறது.

கற்றுக் கறவைக் கணங்கள் பல கறந்து
செற்றார் திறல் அழியச் சென்று செருச்செய்யும்
குற்றம் ஒன்று இல்லாத கோவலர்தம் பொற்கொடியே!

கொடியே என்று ஆயர் குலப்பெண்கள் விளிக்கப் பெற்றிருப்பது ஓர் ஆழ்ந்த உட்பொருளைக் கொண்டுள்ளது. கொடி படர்வதற்குக் கொழு கொம்பை நோக்கிச் செல்வது போல, கோவலர் குலத்துதித்த இப்பெண்ணும் கண்ணனை நோக்கிப் படர வேண்டும் என்பது குறிப்பாகும். ஜனக குலத்தைத் தழைப்பிக்க வந்தவள் ஜானகி ஆதல் போல, கோவலர் குலத்தைத் தழைப்பிக்க வந்தவள் இப்பொற்கொடி என்பது பெற்றாம்.

பொற்கொடியே என்று அழைத்தவர்கள் அடுத்துப் புனமயிலே என்கிறார்கள். காட்டிலே ஆடிக்களித்து வருவது மயில். மேகத்தைக் கண்டால் மகிழ்ச்சி மீதூறிக் களிகொண்டு தன் தோகையை அழகுபட விரித்து ஆடும் தன்மை வாய்ந்த பறவை மயிலாகும். காட்டிலே மரம் நோக்கிப் படரும் கொடி, பாட்டிலே மனம் களிக்க ஆடும் மயில் இரண்டும் காட்டிலே முல்லை நிலத்திலே ஆயர்ப்பாடியிலே வாழும் இடைக்குல நங்கைக்கு உவமித்துக் கூறப்பட்டன. இத்தகைய அழகிய பண்புநலன்கள் வாய்ந்த நங்கையே! நீ எழுந்து வருவாயாக! என்று அழைக்கிறார்கள்.

உறவினர்களும் தோழிமார்களும் மற்றும் எல்லாரும் உன் வீட்டு முற்றத்தில் கூடியிருக்கிறார்கள். எதற்காக க எல்லோரும் கூடியிருக்கிறார்கள் என்றால் மேகம் போல் கரிய நிறமும், மேகம் பொழியும் மழை போலக் கொடைக் குணமும் கொண்ட எம் பெருமானின் திருநாம மகிமை களைச் சொல்லிச் சொல்லி மகிழக் கூடியிருக்கிறார்கள்.

பெண்மை என்னும் பெரும் செல்வத்தினைத் தனி நாயகமாக நின்று ஆண்டு கொண்டிருக்கும் பெண்ணே! நீ உடம்பை அசைக்காமலும் பேசாமலும் இருக்கிறாயே, உறங்கிக் கொண்டே இருக்கிறாயே! அது எதற்காக என்று நாங்கள்

தெரிந்து கொள்ளலாமா! எந்தப் பயன் கருதி நீ உறங்குகின்றாய்? உறங்குகின்ற இச்செயல் யார் உகக்கும் செயலென்று கருதி உறங்குகின்றாய்? என்று கேட்குமுகத் தான் நீ உறங்காதே. நீ உறங்குவதில் எந்த அர்த்தமும் இல்லை, எனவே நீ எழுந்து வா! என் கண்ணின் பாவை போன்றவளே எழுந்துவா! என்று அழைக்கின்றனர்.

"யாம்பெற்ற இன்பம் பெறுக இவ்வையகம்" என்றார் தாயுமான தயாபரர். "எல்லோரும் இன்புற்றிருக்க நினைப்ப துவே அல்லாமல் வேறொன்றறியேன் பராபரமே" என்றும் அவர் குறிப்பிட்டார். எனவே பெண்கள் மார்கழி நீராடிப் பாவை நோன்பு நோற்றுப் பரந்தாமனின் பாத கமலங்களைப் பாடிப் பரவித் தங்கள் பாதக மலங்களைப் போக்கிக் கொள்ள எல்லோரையும் அழைக்கிறார்கள் என்பது இப்பாசுரத்தின் வழிப் பெறப்பட்ட கருத்தாகும்.

கற்றுக் கறவைக் கணங்கள் பலகறந்து
செற்றார் திறலழியச் சென்று செருச்செய்யும்
குற்றமொன் றில்லாத கோவலர்தம் பொற்கொடியே!
புற்றர வல்குல் புனமயிலே! போதராய்
சுற்றத்துத் தோழிமா ரெல்லாரும் வந்துநின்
முற்றம் புகுந்து முகில்வண்ணன் பேர்பாட
சிற்றாதே பேசாதே செல்வப்பெண் டாட்டி! நீ
எற்றுக் குறங்கும் பொருளேலோ ரெம்பாவாய். (11)

12. கனைத்து இளங்கற்றெருமை

கனைத்திளங் கற்றெருமை கன்றுக் கிரங்கி
நினைத்து முலைவழியே நின்றுபால் சோர
நனைத்தில்லம் சேறாக்கும் நற்செல்வன் தங்காய்!
பனித்தலை வீழநின் வாசற் கடைபற்றிச்
சினத்தினால் தென்னிலங்கைக் கோமானைச் செற்ற
மனததுக் கினியானைப் பாடவும்நீவாய் திறவாய்
இனித்தான் எழுந்திராய் ஈதென்ன பேருறக்கம்!
அனைத்தில்லத் தாரும் அறிந்தேலோ ரெம்பாவாய்.

இதுவரையில் ஆயர்குல நங்கையைப் பற்றியே கூறிக்கொண்டு வந்த ஆய்ப்பாடிச் சிறுமியர்கள், இப்போது கண்ணனைப் பற்றிப் பேச முற்படுகிறார்கள்.

செல்வங்கள் பலவாயினும் பழங்காலத்தில் செல்வம் என்பது பசுக்களையே குறித்தது. 'மாடு' என்று சொல்லிற்குச் 'செல்வம்' என்பது பொருளாகும். 'மாடல்ல மற்றையவை' என்ற திருவள்ளுவரின் திருக்குறள் தொடரையும் நோக்குக. பசுக்களே அன்று செல்வமாக மதிக்கப் பெற்றதனால், பசு மந்தைகளைக் களத்திலே கவர்வது போரின் தொடக்கமாயிற்று. மாற்று வேந்தன் பற்றிச் சென்ற பசுக்களை மீட்டு வருவதே போரின் அடுத்த நிலையாயிற்று. முன்னது வெட்சி' என்றும், பின்னது 'கரந்தை' என்றும் தொல்காப்பியம் கூறிற்று. கொடுங்கோல் மன்னன் ஆட்சி நடத்தும் நாட்டில் பசுக்கள் பால்தரா என்றனர். 'ஆபயன் குன்றும் அறுதொழிலோர் நூல் மறப்பர் காவலன் காவான் எனின்' என்றார் திருவள்ளுவர்.

இவ் ஆயர்பாடியிலே வாழும் நங்கையின் தமையன் இளங்கன்றுகளையுடைய எருமைகள் பலவற்றின் சொந்தக்காரன் ஆனபடியால் அவன் நற்செல்வனாக பெரும் பணக்காரனாய் விளங்குகிறான். இந்த நல்ல செல்வரின் வீட்டு வாசல் எப்படிப்பட்டது தெரியுமா?

பாலைக் காம்பு பற்றி ஆயர்கள் கறக்காத காரணத்தினாலே இளங்கன்றுகளுடைய எருமைகள் கண்ணனை நினைத்துக் கத்திக் கொண்டு கட்டுத்தறியில் இங்கும் அங்கும் அலை பாய்வதனாலே பால் சுரக்கின்றன. அதனால் ஆயனின் இல்லம் பால் கலந்து சேறாகின்றது. இந்தப் பழமையான பால்வளக் காட்சியை நாச்சியார் நம் கண்முன் கொண்டு வரும் திறம்தான் என்னே!

கனைத்து இளங் கற்றெருமை கன்றுக்கு இரங்கி
நினைத்து முலை வழியே நின்று பால் சோர
நனைத்தில்லம் சேறாக்கும் நற்செல்வன் தங்காய்!

இத்தகு வளம் நிறைந்த செல்வச் செழிப்பு மிக்க வாசலில் நாங்கள் வந்து நிற்கிறோம். பனி எங்கள் தலை மீது விழுகின்றது. இருந்தும் உன்னை எங்களோடு அழைத்துச் செல்ல வேண்டும் என்றும் கேட்டுக் கொண்டும் உன் வாயிற்படியில் வந்து நிற்கிறோம். எங்கள் கால்களின் கீழே பாற்சோற்று வெள்ளம்; தலைகளின் மேலே பனி விழுகின்ற குளிர்ச்சித் தண்ணீர் வெள்ளம்; தலைக்கும் காலிற்கும் இடையே இருக்கும் எங்கள் உள்ளத்திலோ ஒரே உணர்ச்சிப் பிரவாகம். கிருஷ்ண பக்தியில் ஈடுபட்ட பெருவெள்ளம். இம்மூவாறாக வெள்ளத்தால் நாங்கள் பாதிக்கப் பட்டிருக்கிறோம். இந்த நிலையிலும் சீதையைக் கவர்ந்து சென்ற இலங்கை வேந்தனாகிய இராவணன் மீது கோபம்கொண்டு அவனை முற்றிலுமாக அழித்த-மனத்திற்கு இனியவனாக இருக்கின்ற இராமனை நாங்கள் மகிழ்ந்து அவர் வெற்றியைப் பாடப் போகிறோம். எனவே இப்போதாவது வாய்திறக்க வேண்டும் என்கிறார்கள்.

"தென்னிலங்கைக் கோன் முடிகள் சிந்துவித்தாய்'' என்பது குலசேகரப் பெருமாள் வாக்கு.

துஷ்டப்பிள்ளையாகிய கிருஷ்ணனைப் பாடிப் பின் சாதுப் பிள்ளையாகிய இராமனைப் பாடிய பின்னரும் கூடவா இன்னும் உறக்கம்? அது பேருறக்கம் என்று கேட்கிறார்கள். 'எல்லா வீட்டினரும் துயிலுணர்ந்து எழுந்த பின்னரும் நீ உறங்கலாமா? எனவே பெண்ணே நீ எழுவாயாக' என்று எழுப்புகிறார்கள்.

இப்பாசுரத்தில் பால் வெள்ளம், பனிவெள்ளம், பக்தி வெள்ளம் ஆகிய மூன்று வெள்ளங்களும் ஒரு சேரக் குறிப்பிடப்பட்டிருப்பதைக் காணலாம்.

கனைத்திளங் கற்றெருமை கன்றுக் கிரங்கி
நினைத்து முலைவழியே நின்றுபால் சோர
நனைத்தில்லம் சேறாக்கும் நற்செல்வன் தங்காய்!
பனித்தலை வீழநின் வாசற் கடைபற்றிச்
சினத்தினால் தென்னிலங்கைக் கோமானைச் செற்ற
மனதுக் கினியானைப் பாடவும்நீவாய் திறவாய்
இனித்தான் எழுந்திராய் ஈதென்ன பேருறக்கம்!
அனைத்தில்லத் தாரும் அறிந்தேலோ ரெம்பாவாய். (12)

13. புள்ளின்வாய் கீண்டானை

புள்ளின்வாய் கீண்டானைப் பொல்லா அரக்கனைக்
கிள்ளிக் களைந்தானைக் கீர்த்திமை பாடிப் போய்ப்
பிள்ளைக ளெல்லாரும் பாவைக் களம்புக்கார்
வெள்ளி எழுந்து வியாழ முறங்கிற்று
புள்ளும் சிலம்பினகாண் போதரிக் கண்ணினாய்!
குள்ளக் குளிரக் குடைந்துநீ ராடாதே
பள்ளிக் கிடத்தியோ பாவாய்! நீ நன்னாளால்
கள்ளம் தவிர்ந்து கலந்தேலோ ரெம்பாவாய்.

ஆறாவது பாசுரம் புள்ளும் சிலம்பினகாண் என்று தொடங்கியது. இப்பாசுரத்தின் இடையே அதே தொடர் மீண்டும் இடம்பெற்றுள்ளது. தாமரைப் பூவின் மலர்ச்சியினையும் மானின் மருட்சியினையும் கொண்ட அழகிய கண்களையுடையவளே என்னும் பொருளில் திருவாய்ப்பாடிப் பெண்கள். 'போதரிக் கண்ணினாய்' என உள்ளே உறங்கிக் கொண்டிருப்பவளை விளிக்கிறார்கள். வழக்கம் போலத் தாங்கள் பாடிப்பறை கொள்ள வேண்டிய அனுக்கிரகத்தைச் செய்யக்கூடிய கண்ணனுடைய அவதார மகிமைகளையும், உடன் இராமாவதாரத்தில் நிகழ்ந்த நிகழ்ச்சிகளையும் நினைவூட்டுகிறார்கள்.

பறவையின் வடிவத்தில் வந்தான் ஓர் அசுரன். அவனுடைய நோக்கம் தன் சிறகால் கண்ணனை அழிப்பதாகும். காக்கும் கடவுளையே அழிக்கப் புகுந்தவன் உருப்படுவானா? அவன் எண்ணம் ஈடேறுமா? நோக்கம் தீயதானால் தீயதுதான் விளையும். அவ்வாறே விளைந்தது. பறவை வடிவாக வந்த அசுரனின் வாயைப் பிளந்து அவன் வாழ்க்கையை முடித்தான் கண்ணன். இதுபோன்றே தான் இலங்கை வேந்தனாகிய

இராவணனுக்கு எத்தகைய தீங்கும் இழைக்காத போதும், இராவணன் சீதைபால் மையலுற்று மாறுவேடம் தாங்கிவந்து சீதையைக் கவர்ந்துசென்று அசோக வனத்தில் சிறை வைத்தான். இம்முறையற்ற செயலால் பொல்லாங்கு சூழ்ந்த அவ்வரக்கன் இராமன் அம்புக்கு ஆற்றாது போர்க்களத்திலே பொறாது ஒழிந்தான். இராவணனை மிக எளிதாகக் கிள்ளியெறிந்து தன் பகைமுடித்துச் சிறையிருந்த செல்வியை மீட்டு வந்தான். இராமன் என்பதனைக் கோதை நாச்சியார் நயம்பட உரைக்கின்றார்.

புள்ளின் வாய் கீண்டானைப் பொல்லா அரக்கனைக்
கிள்ளிக் களைந்தானைக் கீர்த்திமை பாடிப் போய்

இவ்விருவருடைய பெருமையினையும், வெற்றியினையும் திருவாய்ப்பாடிச் சிறுமியர்கள் பாடிக்கொண்டு பாவை நோன்பு நோற்க வேண்டிய இடத்திற்குச் சென்று சேர்ந்தார்கள். அந்த நேரம் சுக்கிரன் உதயமாகி வியாழன் என்றும் பிரகற்பதி என்றும் சொல்லப்படும் கோள் கிரகம் அஸ்தமனமாகிவிட்டது.

வெள்ளி எழுந்து
வியாழன் உறங்கிற்று

என்னும் தொடர் உன்னி உணரத்தக்கதாகும். இத்தொடர் வான சாத்திரக் குறிப்பைக் கொண்டதாகும். இத்தொடர் புலப்படுத்தும் வான சாத்திரக் குறிப்பைக் கொண்டு இந்நாள் கி.பி. 731-ல் வந்ததென்றும் அதன் வழி ஆண்டாளின் காலம் கி.பி. எட்டாம் நூற்றாண்டென்றும் குறிப்பிடுவர்.

மேலும் கிருஷ்ணனின் திருப்பெயரினை உச்சரித்துக் கொண்டே சென்று நோன்பு நோற்பதற்காகக் குறிக்கப் பட்டுள்ள இடத்தை பாவைக் களத்தைத் திருவாய்ப் பாடிப் பெண்கள் அடைந்துவிட்டார்கள். அவ்வாறு அவர்கள் பாவை நோன்பு நோற்கும் இடம் சென்று சேர்ந்துவிடவும், நீ அவர்களோடு சேர்ந்து கொள்ளாமல் இன்னும் உறங்கிக் கொண்டிருப்பது அழகன்று. உடம்பு மிகக் குளிர்ந்து நீர்

நிலையில் படிந்து படிந்து குடைந்து குடைந்து நீராடாமல் படுக்கையில் கிடப்பாயோ! இன்று நல்ல நாள்; எனவே நீ உன் கள்ளத்தைக் கைவிட்டு எங்களோடு கலந்து பாவை நோன்பு மேற்கொள்ள வரவேண்டும் என்று கேட்டுக் கொள்கிறார்கள்.

குள்ளக் குளிரக் குடைந்து நீராடாதே
பள்ளிக் கிடத்தியோ பாவாய்! நீ

என்னும் அடிகளில் ஆண்டாள் நீராட்டு நிகழ்ச்சியை அனுபவித்துப் பாடியுள்ளார் எனலாம்.

புள்ளின்வாய் கீண்டானைப் பொல்லா அரக்கனைக்
கிள்ளிக் களைந்தானைக் கீர்த்திமை பாடிப் போய்ப்
பிள்ளைக ளெல்லாரும் பாவைக் களம்புக்கார்
வெள்ளி எழுந்து வியாழ முறங்கிற்று
புள்ளும் சிலம்பினகாண் போதரிக் கண்ணினாய்!
குள்ளக் குளிரக் குடைந்துநீ ராடாதே
பள்ளிக் கிடத்தியோ பாவாய்! நீ நன்னாளால்
கள்ளம் தவிர்ந்து கலந்தேலோ ரெம்பாவாய். *(13)*

14. உங்கள் புழக்கடை

உங்கள் புழக்கடைத் தோட்டத்து வாவியுள்
செங்கழுநீர் வாய் நெகிழ்ந் தாம்பல்வாய் கூம்பினகாண்
செங்கல் பொடிக்கூறை வெண்பல் தவத்தவர் தங்கள்
திருக்கோயில் சங்கிடுவான் போதந் தார்
எங்களை முன்னம் எழுப்புவான் வாய்பேசும்
நங்காய் எழுந்திராய் நாணாதாய் நாவுடையாய்
சங்கொடு சக்கரம் ஏந்தும் தடக்கையன்
பங்கயக் கண்ணானைப் பாடேலோ ரெம்பாவாய்.

நம் மனக்கண் முன் காட்சித் திரைகளை விரிக்கின்ற அருமையான பாசுரம் பதின்மூன்றாவது பாசுரமாகும். ஆண்டாளின் அதியற்புதமான கற்பனை, இயற்கை வருணனையாக இப் பாசுரம் கருக்கொண்டுள்ளது. கற்பனைச் சிறகு கட்டிப் பறந்து கிருஷ்ணாவதார காலத்துத் திருவாய்ப்பாடிக்கே சென்று விடுகிறார் கோதை நாச்சியார்.

'நான் எல்லோருக்கு முன் படுக்கையை விட்டெழுந்து வந்து உங்களையெல்லாம் எழுப்புவேன்' என்று உறுதியாகக் கூறியவள் இன்று இன்னும் உறங்கிக் கொண்டிருக்கின்றாள். அவள் கூறிய சொற்கள் குறைபட்டுப் போய்விட்டன. ஏனெனில் பிறரை எழுப்ப மறந்து விட்டதும் அல்லாமல் தன்னையே தான் எழுப்பிக் கொள்ளாமல் இன்னும் அவள் உறங்கிக் கொண்டிருக்கிறாளே!

உள்ளே உறங்கிக் கொண்டிருப்பவள் வீட்டு வாசலில், அவள் தோழிகளெல்லாம் வந்து கூடிவிட்டார்கள். அவளை எழுப்ப முனைபவர்கள் பொழுது புலர்ந்து விட்டதனைப் பல்வேறு சாட்சியங்கள் காட்டித் தெளிவுபடுத்துகிறார்கள்.

என்னுடைய வீட்டிற்குப் பின்னால் அமைந்திருக்கும் தோட்டத்தின் கிணற்றில் செங்கழுநீர்ப் பூக்கள் பூத்து, ஆம்பலாம் குமுத மலர்கள் வாய்மூடிக் கொண்டன என்கிறார்கள்.

உங்கள் புழக்கடைத் தோட்டது வாவியுள்
செங்கழுநீர் வாய் நெகிழ்ந் தாம்பல்வாய் கூம்பின காண்.

காலைக் காட்சியின் மாட்சி இவ்வடிகளில் தெளிவுறப் புலனாகிறது. சிறந்த சொற்களைத் தேர்ந்தெடுத்துச் சிறந்த இடங்களில் சிறந்த முறையில் அடுக்கும் ஆண்டாளின் கவிதை மாட்சியும் கவினுற விளக்கமுறுகின்றது. செங்கழுநீர் பூக்க, மலர என்றெல்லாம் சொல்லாமல் 'வாய் நெகிழ்ந்து' என்ற சொல்லைப் பெய்துள்ள திறத்தினை ஆங்கிலத்தில் 'டிக்ஷன்' என்பார்கள். தமிழில் சொல்லாட்சிச் சிறப்பு என இதனைச் சுட்டலாம். ஆம்பல் மலர்கள் வாய் கூம்பின என்று குறிப்பிடுவதும் சொல்லாட்சிச் சிறப்பின்பாற்பட்டதாகும். மூடிக் கொண்டன என்று சொல்லாமல் 'கூம்பினகாண்' என்று குறிப்பிட்டிருப்பது தேர்ந்த கவியின் திறப்பாடு எனலாம்.

செங்கழுநீர்ப் பூக்கள் மலர்ந்ததும், குவளை மலர்கள் கூம்பினதும் காலை நேரக் கவின்மிகு காட்சிகள் அன்றோ! தாமரை கதிரவனின் வரவு கண்டு பூரிப்பதும், குவளை சந்திரனின் வரவு கண்டு நெகிழ்வதும் இயற்கை. காலை நேரமானதால் முன்னிரவில் மலர்ந்து இருந்த குவளை கதிரவன் தோன்றுகின்ற பொழுது வாய்குவித்துக் கொள்கிறான். இதனாலேயே தாமரையின் காதலன் கதிரவன் என்றும், அல்லியின் காதலன் சந்திரன் என்றும் குறிப்பிடுவர்.

இப்பொழுது வீட்டிற்கு வெளியில் வந்து நின்று கொண்டு உள்ளிருப்பவளை எழுப்பும் பெண்கள் பிறிதொரு காட்சியினைத் தெரியப்படுத்துகிறார்கள்.

செங்கல் நிறத்திலிருக்கும் காவியாடையினை அணிந்துகொண்டு வெள்ளிய பற்களையுடைய துறவிகள் தங்கள் திருக்கோயிலில் சங்குகளை ஊதி முழக்கும்

பொருட்டுப் போகிறார்களே இஃது இரண்டாவது காட்சி என்கிறார்கள்.

செங்கல் பொடிக்கூறை வெண்பல் தவத்தவர்
தங்கள் திருக்கோயில் சங்கிடுவான் போகின்றார்.

செங்கழுநீர் வாய் நெகிழ்தலும், ஆம்பல் வாய் கூம்புதலும் ஒரே அடியில் அமைந்துள்ள முரண் தொடையாகும். இவ்வடிகளிலும் செங்கல் பொடிக்கூறை என்றும் வெண்பல் தவத்தவர் என்றும் ஒரே அடியில் இடம் பெற்றிருப்பது முரண்தொடை நயமாகும்.

"எங்களை முன்னம் எழுப்புவதாகச் சொல்லிய பெண்ணே! எழுந்திருப்பாயாக! நாணப்படாத நாவினை யுடையவளே! எழுந்திருப்பாயாக! ஒரு கையில் சங்கும் பிறிதொரு கையில் சக்கராயுதமும் கொண்ட விசாலமான கைகளை யுடையவனாகிய தாமரைக் கண்ணனைப் பாடுவாயாக!' என்று கூறி அவளை எழுப்புகின்றனர்.

உங்கள் புழக்கடைத் தோட்டத்து வாவியுள்
செங்கழுநீர் வாய் நெகிழ்ந் தாம்பல்வாய் கூம்பினகாண்
செங்கல் பொடிக்கூறை வெண்பல் தவத்தவர் தங்கள்
திருக்கோயில் சங்கிடுவான் போதந் தார்
எங்களை முன்னம் எழுப்புவான் வாய்பேசும்
நங்காய் எழுந்திராய் நாணாதாய் நாவுடையாய்
சங்கொடு சக்கரம் ஏந்தும் தடக்கையன்
பங்கயக் கண்ணானைப் பாடேலோ ரெம்பாவாய். *(14)*

15. எல்லே! இளங்கிளியே!

எல்லே! இளங்கிளியே! இன்னம் உறங்குதியோ?
சில்லென் றழையேன்மின்! நங்கைமீர்! போதருகின்றேன்
வல்லைஉன் கட்டுரைகள் பண்டேஉன் வாயறிதும்
வல்லீர்கள் நீங்களே நானேதான் ஆயிடுக
ஒல்லைநீ போதாய் உனக்கென்ன வேறுடையை
எல்லாரும் போந்தாரோ? போந்தார்போந் தெண்ணிக்கொள்
வல்லானை கொன்றானை மாற்றாரை மாற்றழிக்க
வல்லானை மாயனைப் பாடேலோ ரெம்பாவாய்.

பங்கயக் கண்ணனைப் கண்ணனைப் பாடேலோர் என்று பாடியும் உள்ளே உறங்குகின்றவள் எழாமையினால் அவளை முகத்துதி செய்து, குளிர்ந்த வார்த்தைகளைக் கூறிக் குளிர்வித்து எழுப்ப நினைக்கிறார்கள். எப்படிக்கூறியும் அவள் எழும்பவில்லையாகையால் எப்படியாவது அவளை எழுப்ப வேண்டுமென்று பணிகிறார்கள்.

'எல்லே! இளங்கிளியே!' என அழைக்கின்றனர். 'எல்லே!' என்பது என்னே! என்றும் ஆச்சரியம் என்றும் புலப்படுத்தும் வியப்புப் பொருளில் வந்த சொல்லாகும். இளங்கிளியே!' என்று இவள் அழைக்கப்படுவதற்குக் காரணம் இவள் கிளி போலப் பேசி மகிழ்விக்கும் இனிமையின் பொருட்டேயாம். இவள் தன் தோழியரோடு கிளி போலக் கொஞ்சி விளையாடுவது வழக்கம் என்று தெரிகிறது. இளங்கிளியே! என்று விளித்தவர்கள் இன்னுமா உறங்குகின்றாய்! என்று வியப்போடு அடுத்துக் கேட்கின்றார்கள். இருவருக்கும் இடையே நடைபெறும் உரையாடற் போக்கில் இப் பாசுரம் அமைந்துள்ளது.

வீட்டிற்கு வெளியே வாசலில் காத்திருப்பவர்கள் எல்லே! இளங்கிளியே! இன்னம் உறங்குதியோ! என்று கேட்கவும் உள்ளே உறக்கத்தில் இருப்பவளாகக் கருதப்படுபவள் சிலுசிலுவென்று என்னைக் கூப்பிடாதீர்கள்! என்னும் பொருளில் 'சில்லென்று அழையேன்மின்' என்கிறாள். மேலும் அவள் பேசுகின்றாள் தோழியராகிய "என் நங்கைமார்களே! இதோ புறப்பட்டு வருகின்றேன்" என்கின்றாள். ஆனால் வெளியிருப்பவர் களுக்கோ வெகுளி பிறந்து விடுகின்றது. "ஏற்கெனவே நாங்கள் உன் இட்டுக் கட்டிச் சொல்லும் பேச்சுத்திறனை மெச்சியிருக்கிறோம். இப்போதும் மெச்சுகிறோம்" என்று சொல்கிறார்கள்.

வல்லை உன் கட்டுரைகள்
பாங்குற உன் வாய் அறிதும்.

உள்ளேயிருப்பவள் விட்டுக் கொடுத்தாளோ? இல்லையே! அவளும் எதிர்ப்பேச்சு பேசுகிறாள். "நானே உங்கள் கூற்றுப்படி சாமர்த்தியசாலியாக இருந்து விட்டுப் போகிறேன். அதற்கென்ன இப்பொழுது" என்று உரையாடலைத் தொடர்கின்றாள்.

"வல்லீர்கள் நீங்களே!
நானேதான் ஆயிடுக!"

பிறர் குற்றத்தையும் தன் குற்றமாக ஏற்றுக் கொள்ளும் மனப்பக்குவம் உள்ளிருப்பவளுக்கு வாய்த்துவிட்டது. இத்தகைய பண்பு ஸ்ரீவைஷ்ணவ லட்சணம் என்று சொல்லப்படும்.

இவ்வாறு உள்ளிருப்பவள் தணிந்து அமைதியாக மறுமொழி உரைத்ததும், வெளியில் இருப்பவர்களும் அமைதியடைந்து பேசத் தொடங்குகிறார்கள்.

"விரைவாகப் பெண்ணே நீ எழுந்து வா, உனக்கெனத் தனியாக என்ன வேறுபாடு இருக்கிறது" என்கிறார்கள்.

நல்லை நீ போதாய்
உனக்கென்ன வேறுடையை?

உள்ளிருந்து உரையாடலுக்கு உற்சாகம் பொங்கித் ததும்புகிறது. "எல்லோரும் வந்து விட்டார்களா?'' என்று கேட்கிறாள்.

'எல்லாரும் போந்தாரோ' வெளியிலிருப்பவர்கள் இப்பொழுது மறுமொழி கூறுகிறார்கள். “ஆம்! எல்லாரும் வந்து விட்டார்கள். நீ வேண்டுமானால் வெளியே வந்து எத்தனைபேர் என்று எண்ணிக் கொள்" என்கிறார்கள்.

போந்தார் போந்து
எண்ணிக் கொள்.

இதன் பிறகு இவர்கள் கண்ணனின் வெற்றிச் செயல்களை வீறு பெறச் சொல்லத் தலைப்படுகிறார்கள். 'குவலயாபீடம்' என்றழைக்கப்பட்ட வலிய யானை கம்சனால் கண்ணனைக் கொல்ல ஏவப்பட்டதாகும். அந்த யானையை ஒழித்துக் கொன்றான் கண்ணன். மேலும் பகைவர்கள் எவர் வந்தபோதிலும் அவர்களை எதிர்கொண்டு அழிக்கக்கூடிய வல்லமை வாய்ந்தவன் கண்ணன். மாயம் பல நிகழ்த்தும் மாயன் அவன். எனவே அவனைப் பாடிப் பரவசப்படுவோம் என்று அகங்குழைந்து அன்பால் உருகி நிற்கிறார்கள் திருவாய்ப்பாடிப் பெண்கள்.

எல்லே! இளங்கிளியே! இன்னம் உறங்குதியோ?
சில்லென் றழையேன்மின்! நங்கைமீர்! போதருகின்றேன்
வல்லைஉன் கட்டுரைகள் பண்டேஉன் வாயறிதும்
வல்லீர்கள் நீங்களே நானேதான் ஆயிடுக
ஒல்லைநீ போதாய் உனக்கென்ன வேறுடையை
எல்லாரும் போந்தாரோ? போந்தார்போந் தெண்ணிக்கொள்

வல்லானை கொன்றானை மாற்றாரை மாற்றழிக்க
வல்லானை மாயனைப் பாடேலோ ரெம்பாவாய். *(15)*

16. நாயகனாய் நின்ற

நாயகனாய் நின்ற நந்தகோப னுடைய
கோயில்காப் பானே! கொடித்தோன்றும் தோரண
வாயில்காப் பானே! மணிக்கதவம் தாள் திறவாய்!
ஆயர் சிறுமிய ரோமுக்கு அறைபறை
மாயன் மணிவண்ணன் நென்னலே வாய்நேர்ந்தான்
தூயோமாய் வந்தோம் துயிலெழப் பாடுவான்
வாயால் முன்ன முன்னம் மாற்றாதே அம்மா!
நீ நேய நிலைக் கதவம் நீக்கேலோ ரெம்பாவாய்.

ஆறாவது திருப்பாசுரம் தொடங்கிப் பதினைந்தாவது திருப்பாசுரம் வரையில் அமைந்துள்ள பத்துத் திருப்பாசுரங்கள் பள்ளி எழுச்சிப் பாடல்களாகத் தோழியர் உறங்கிக் கிடக்கும் ஒருத்தியை எழுப்புவதைக் கண்டோம். திருவாய்ப்பாடியில் வைகறையில் பள்ளிவிட்டு எழாமல் துயின்று கொண்டிருந்த பெண்கள் எல்லோரையும் இப் பத்துப் பாசுரங்கள் துயில் எழுப்புவதை உணர்த்துவதாகக் கொள்ளலாம்.

இப்போது திருவாய்ப்பாடியிலுள்ள பெண்கள் அனைவரும் படுக்கையை விட்டு எழுந்துவிட்டார்கள். இனி நடக்க வேண்டுவது என்ன?

பதினாறாவது பாசுரம் தொடங்கி இருபத்திரண்டாம் பாசுரம் வரையில் அமைந்துள்ள ஏழு பாசுரங்களும் ஆயர்குலச் சிறுமியர்கள் தாங்கள் வந்தித்து வழிபடும் கண்ணபிரானை எழுப்ப விரும்பி எல்லோரும் கூடிச் செல்கிறார்கள் என்கின்றன.

நந்தகோபன் திருமாளிகை வாசலுக்கு வந்த சேர்ந்த பெண்கள் அங்கே கோயில் காத்து நிற்பவனையும் வாயில் காத்து நிற்பவனையும் விளித்துப் பேசத் தொடங்குகிறார்கள்.

முதற்கண்,

நாயகனாய் நின்ற நந்தகோப னுடைய
கோயில்காப் பானே!

என்று விளிக்கின்றார்கள். பழங்காலத்தில் அரசன் உறையும் அரண்மனை 'கோயில்' என்று வழங்கப்பட்டது. செல்வச் செழிப்பு மிக்கவன் நந்தகோபன்; அவன் அனைவருக்கும் தலைவனாய் அமைந்தவன்; வீரம் கொடை அளி, செங்கோல் முதலிய பண்புகளால் அவன் ஆயர்குலத்தார்க்கெல்லாம் போற்றத்தக்க ஒரு தலைவனாய் விளங்குகின்றான். திருமாளிகையின் வெளிப்புற வாயிலைக் காத்து நிற்பவனின் பெயரை அறிந்திருக்கும் வாய்ப்பு இப்பெண்களுக்கு வாய்த்திருக்காத காரணத்தால் அவன் பெயரைச் சொல்லி அழைக்க இயலாமல் அவன் மேற்கொண்டிருக்கும் தொழிலைச்சுட்டியே அவனை அழைக்கின்றார்கள். மேலும் அவன் விசுவாசியாக தலைவனுக்கு உற்ற உயிர்காக்கும் பண்பு கொண்டவனாக விளங்குபவன் அன்றோ? அவன் தலைவன் புகழ்பாடி அவனை அழைத்தால் அவன் மகிழ்ந்து இவர்கள் கேட்கும் காரியத்தைத் தட்டாமல் முடித்துக் கொடுப்பான் அன்றோ? எனவே எடுத்த எடுப்பிலேயே நந்தகோபன் புகழ் பாடுமுகத்தான் 'நாயகனாய் நின்ற நந்தகோபன்' என்கிறார்கள். இப்பொழுது வெளிவாயிலைக் காத்து நிற்கும் காவலாளி கதவைத் திறந்து உள்ளே விட்டுவிட்டான். இனி நந்தகோபன் வாழும் உட்புறத்துள்ளும் நுழைய வேண்டும் அல்லவா? எனவே உட்புறத்து வாயிலைக் காத்து நிற்பவனையும் அவன் பெயர் தெரியாமையினாலே அவன் தொழிலைச் சுட்டி விளிக்கிறார்கள். இவன் காக்கும் வாயில் சாதாரணவாயில் அன்று, அது கொடி கட்டித் தொங்கிக் கொண்டிருக்கும் தோரணவாயில் என்கிறார்கள். அவனும் அவர்கள்

வேண்டுகோளுக்குச் செவிசாய்த்து உள்ளே விடுகிறான். மணிகள் கட்டிக் கோத்துத் துலங்கும் கதவான காரணத்தினால்

'மணிக்கதவம் தாள்திறவாய்'

என்று வேண்டுகோள் விடுக்கின்றார்கள், அவன் கதவு திறந்தபாடாக இல்லை. எனவேதான் மேற்கொண்டு அவனோடு பேச்சுக் கொடுக்கிறார்கள்.

"ஆயர்குலப் பெண்களாகிய எங்களுக்குப் பாவை நோன்பு நோற்பதற்கு உறுதுணை பயக்கும் வாத்தியமாகிய பறையினை வழங்குவதாக மாயோனாகவும் மணிவண்ணனாகவும் விளங்குகிற கண்ணபிரான் நேற்றே வாக்களித்திருக்கிறான்" என்கிறார்கள்.

'வாய் நேர்ந்தான்' என்னும் சொற்றொடரில் சொல்லாட்சிச் சிறப்பு அமைந்து துலங்குகின்றது.

"வள்ளியின் தேனூறு கிளவிக்கு வாயூறி நின்றவன் செங்கீரை ஆடி அருளே"

என்று முருகப் பெருமான் வள்ளியின் வாய்ச்சொற்களுக்கு ஏங்கி அங்காந்திருந்த நிலையினைப் பிள்ளைத் தமிழ் பேசும். 'சொல்லினைத் தேனில் குழைத்துரைப்பாள், சிறு வள்ளியைக் கண்டு சொக்கி மரமென நின்றனை தென் மலைக்காட்டிலே' என்பார் மகாகவி பாரதி.

இது போன்றே கண்ணனும் ஆயர்குலப்பெண்டிரின் சொற்களில் மயங்கி முந்திய நாளே அவர்கள் வேண்டு கோளுக்குச் சம்மதம் தெரிவித்துவிட்டானாம். இதனை வாயிற் காப்போனிடம் எடுத்துச் சொல்கிறார்கள். நாங்கள் இப்பொழுது துயிலெழுந்து மார்கழி நீராடித் தூயவர்களாய் வந்துள்ளோம். அவன் துயிலெழுந்து வரவேண்டுமென்று திருப்பள்ளியெழுச்சிப் பாடப் போகிறோம்.

எனவே நீ முதன்முதல் உன் வாயால் மறுத்துப் பேசிடாமல் இருக்க வேண்டும். அதோடு கண்ணனோடு நேயங்கொண்டு நிற்கும் நிலைத்த கதவினையும் திறந்து விடவேண்டும் என்று கேட்டுக்கொள்கிறார்கள்.

நாயகனாய் நின்ற நந்தகோப னுடைய
கோயில்காப் பானே! கொடித்தோன்றும் தோரண
வாயில்காப் பானே! மணிக்கதவம் தாள் திறவாய்!
ஆயர் சிறுமிய ரோமுக்கு அறைபறை
மாயன் மணிவண்ணன் நென்னலே வாய்நேர்ந்தான்
தூயோமாய் வந்தோம் துயிலெழப் பாடுவான்
வாயால் முன்ன முன்னம் மாற்றாதே அம்மா!
நீ நேய நிலைக் கதவம் நீக்கேலோ ரெம்பாவாய். *(16)*

17. அம்பரமே தண்ணீரே

அம்பரமே தண்ணீரே சோறே அறஞ்செய்யும்
எம்பெருமான்! நந்தகோ பாலா! எழுந்திராய்!
கொம்பனார்க் கெல்லாம் கொழுந்தே! குலவிளக்கே!
எம்பெரு மாட்டி யசோதாய் அறிவுறாய்
அம்பர மூடறுத் தோங்கி உலகளந்த
உம்பர்கோ மானே! உறங்கா தெழுந்திராய்
செம்பொற் கழலடிச் செல்வா! பலதேவா!
உம்பியும் நீயும் உறங்கேலோ ரெம்பாவாய்.

கோயில் காப்போனின் இசைவினையும், வாயில் காப்போனின் இசைவினையும் ஒருங்கே பெற்று, நந்தகோபாலனின் திருமாளிகைக்குள் உள்நுழைந்த திருவாய்ப்பாடிப் பெண்கள், நந்தகோபாலனின் கொடைச் சிறப்பினை விளக்கமாகக் கூறி அத்தகைய வள்ளல் தங்களுடைய வேண்டுகோளினையும் மறுக்காமல் ஏற்றுத் தங்களுக்கு உதவிபுரிய வேண்டுமென்று கேட்டுக் கொள்கிறார்கள்.

முதலாவது, நந்தகோபாலனின் கொடைப் பண்பினைக் காண்போம். அவன் விண்ணுலகத்தி லுள்ளவர்க்கெல்லாம் வேந்தனாக விளங்குகின்றான். அத்தகைய வெற்றித்திறன் வாய்ந்த வேந்தன் தங்களுடைய வேண்டுகோளினை ஏற்று உறக்கத்திலிருந்து விழித்துக்கொண்டு எழவேண்டும் என்கிறார்கள். அவன் ஆடையின்றி நலிந்து வந்தவர்க்குத் தாராளமாக ஆடை தருகின்றான். பசி என்று பரதவித்து வந்தவருக்கு 'உண்ணுங்கள் உண்ணுங்கள்' என்று சோற்றை உவந்து தருகின்றான். இவ்வாறு மானம் காப்பதற்கு உறுதுணையாகும் உடையினையும், உயிர் நிலைப்பதற்கு

உதவிடும் தண்ணீரையும், சோற்றினையும் இல்லையென்று வந்தவர்க்கு இல்லையென்னாது கூறித் தருமம் செய்கின்றான். இதனால் நந்தகோபாலனை 'அறம் செய்யும் எம்பெருமான்' என்று பாராட்டுகின்றனர்.

***உம்பர்கோ மானே! உறங்காது எழுந்திராய்
அம்பரமே தண்ணீரே, சோறே, அறஞ்செய்யும்
எம்பெருமான்! நந்தகோ பாலா! எழுந்திராய்!***

அடுத்து, நந்தகோபாலனின் மனைவியும் கண்ணனின் வளர்ப்புத் தாயுமான யசோதயைத் துயிலெழுப்பு கின்றார்கள். யசோதை பெண்களுக்கெல்லாம் ஒரு குலக்கொழுந்தாக ஒளிர்கின்றாளாம். இங்கு யசோதை 'கொழுந்து' என அழைக்கப்பட்டது ஓர் ஆழந்த உட்பொருளை நோக்கியதாகும்.

***"அச்சுதா அமரர் ஏறே
ஆயர்தம் கொழுந்தே"***

என்று தொண்டரடிப் பொடியாழ்வார் கண்ணனைக் குறிப்பிட்டார். மரத்தின் வேரில் ஏதேனும் நோய் தோன்றின் அந்நோயின் வெளிப்பாடு அம்மரத்தின் கொழுந்தில் தெரியும். அதுபோலத் திருவாய்ப்பாடி மகிழ்ச்சியில் திளைத்திருக்கின்றதா என்பதனை ஆய்ப்பாடியில் வளரும் கண்ணனை மட்டும் போய்க் கண்டு கொண்டால் தெரியவரும். கண்ணன் மகிழ்ச்சியுடன் இருந்தால் ஆய்ப்பாடியே ஆடிப்பாடி மகிழ்ச்சியில் திளைத்துள்ளது என்று பொருள். அவ்வாறே இங்கு யசோதைப் பிராட்டி 'கொம்பனார்க்கு எல்லாம் கொழுந்தே' என்று குறிக்கப் பட்டிருப்பதன் நோக்கம், யசோதை ஆய்ப்பாடியில் மகிழ்ச்சியில் திளைத்துள்ளாள் என்றால் ஆய்ப்பாடியே மகிழ்ச்சியில் திளைத்திருக்கிறது என்று பொருள். மேலும், யசோதை தான் பிறந்த இடத்திற்குப் பெருமை சேர்ப்பவள். எனவே 'குலவிளக்கு' என அவளைக் குறிப்பிடுகிறார்கள். விளக்கு ஒளி தந்து தன்னைச் சுற்றியுள்ள இருளைப்

போக்குவது போல, இவளும் ஆயர்குலத்திற்கு விளக்காக இருந்து தன்னைச் சுற்றியுள்ளோர் துன்ப இருளைப் போக்குகிறாள் என்பது பொருள். அடுத்து, 'எம்பெருமாட்டி' என்கின்றனர். எங்களுக்கெல்லாம் தலைவியாக இருக்கும் தகுதி பெற்றவளே என்பது இதற்குப் பொருள். யசோதாப் பிராட்டியே நீயும் துயிலிலிருந்து எழ வேண்டும் என்கிறார்கள்.

கொம்பனார்க்கு எல்லாம்
கொழுந்தே! குலவிளக்கே!

எம்பெரு மாட்டி
யசோதாய்! அறிவுறாய்!

என்கிறார்கள்.

பிறகு, கண்ணனைத் துயில் உணர்த்தத் தலைப்படுகிறார்கள். 'உம்பர்கோ மானே' என்கிறார்கள். ஏற்கெனவே நந்தகோபனையும் இவ்வாறே அழைத்தார்கள் என்பதையும் நோக்க வேண்டும். மைந்தனின் வெற்றி இங்குத் தந்தை மேலும் நின்றது எனக்கொள்க. விண் நாட்டவர் தேவனாக விளங்குகிறானாம் கண்ணன். அவன் உறங்காமல் துயிலுணர்ந்து எழ வேண்டும் என்கிறார்கள்.

உம்பர்கோ மானே!
உறங்காது எழுந்திராய்!

என்கிறார்கள்.

அடுத்து, கண்ணனின் அண்ணன் பலதேவனை எழுப்புகிறார்கள். "செம்பொன் கொண்டு செய்த வீரக் கழல் அணிந்த அடியினையுடைய செல்வனே! பலதேவனே! உன் தம்பி கண்ணனும் நீயும் உறங்காதீர்கள்; எழுந்து எங்களுக்கு அருளுங்கள்" என வேண்டிக் கொள்கிறார்கள்.

செம்பொற் கழலடிச்
செல்வா! பலதேவா!
உம்பியும் நீயும்
உறங்கேலோர் எம்பாவாய்!

என்பது அவர் தம் விண்ணப்பமாகும்.

அம்பரமே தண்ணீரே சோறே அறஞ்செய்யும்
எம்பெருமான்! நந்தகோ பாலா! எழுந்திராய்!
கொம்பனார்க் கெல்லாம் கொழுந்தே! குலவிளக்கே!
எம்பெரு மாட்டி யசோதாய் அறிவுறாய்
அம்பர மூடறுத் தோங்கி உலகளந்த
உம்பர்கோ மானே! உறங்கா தெழுந்திராய்
செம்பொற் கழலடிச் செல்வா! பலதேவா!
உம்பியும் நீயும் உறங்கேலோ ரெம்பாவாய். *(17)*

18. உந்து மத களிற்றன்

உந்து மதகளிற்றன் ஓடாத தோள் வலியன்
நந்தகோ பாலன் மருமகளே! நப்பின்னாய்!
கந்தங் கமழுங் குழலீ! கடைதிறவாய்
வந்தெங்கும் கோழி அழைத்தன காண் மாதவிப்
பந்தல்மேல் பல்கால் குயிலினங்கள் கூவினகாண்
பந்தார் விரலி! உன் மைத்துனன் பேர்பாடச் செந்தா
மரைக்கையால் சீரார் வளையொலிப்ப
வந்து திறவாய் மகிழ்ந்தேலோ ரெம்பாவாய்.

இப்பதினெட்டாவது பாசுரம் வைணவ சமயத்தை நிலைநிறுத்த வந்த ஸ்ரீபெரும்புதூர் இராமனுசர் உவந்த திருப்பாசுரம் என்று வழங்கப்பெறும். திருப்பாவைப் பாசுரங்களில் ஆழ்ந்த ஈடுபாடுகொண்டு நாள்தோறும் அப்பாசுரங்களை ஓதுவதனையே மரபாகக் கொண்டிருந்த இராமானுசரை, 'திருப்பாவை ஜீயர்' என்று குறிப்பிடுவார்கள். ஒருமுறை பெரியநம்பியின் திருமாளிகையை நோக்கிச் சென்ற இராமானுசர் திருப்பாவைப் பாட்டைப் பாடிக் கொண்டு நின்றார். அப்பாட்டைக் கேட்டுப் பெரியநம்பியின் திருமகளான 'அந்துழாய்' என்னும் பெண் உள்ளேயிருந்து வெளியே வந்து கதவைத் திறந்தார். அந்துழாயைக் கண்ட இராமானுசர் மூர்ச்சை போட்டுக் கீழே விழுந்துவிட்டார். 'உந்து மதகளிற்றன்' என்னும் பாட்டின் விளைவே இராமானுசர் மூர்ச்சித்து விழக் காரணம் என்று பெரியநம்பி அறிந்து கொண்டார். இந்தப் பாடலில் இராமானுசரின் உள்ளங்கவர்ந்த காட்சிகள் நிரம்ப உண்டு எனத் தெளியலாம்.

இனி, பாசுரத்தைக் காண்போம். தொடக்கத்தில் நப்பின்னைப் பிராட்டியை ஆய்க்குலப் பெண்கள் துயிலுணர்த்துகிறார்கள்.

நப்பின்னையைக் கொண்டே அவளுடைய நாயகனான கிருஷ்ணனைப் பற்ற வேண்டும் என்று கருதுகிறார்கள். எனவே 'நந்தகோபாலன் மருமகள் நப்பின்னை' என்று கூறத் தொடங்குபவர்கள் நந்தகோபனின் வீரம் விளைவிக்கும் வெற்றித் தோள்களைப் பற்றிப் பாடுகிறார்கள். மதநீர் பெருகுகின்ற யானையைப் போலப் பலம் உள்ளவனும் போர்க்களத்தில் புறமுதுகிட்டுப் பின்வாங்காத தோள் வலிமை உடையவனுமானவன் நந்தகோபாலன். அத்தகு வீரம் வாய்ந்த நந்தகோபாலனின் மருமகளே! என்று முதற்கண் உறவு முறையைச் சொல்லிப் பின்னர் நப்பின்னையே' என்று அவர் பெயரைக் குறிப்பிட்டு, அதற்கு மேலும் நறுமணம் கமழுகின்ற கூந்தலை உடையவளே என்றும் முன்னிலைப்படுத்திப் பேசுகிறார்கள். இவ்வாறு புகழந்துரைத்து வாயிற்கதவைத் திறப்பாயாக என்று கேட்டுக் கொள்கிறார்கள்.

இனி, காலை மலர்ந்ததைக் கட்டுரைக்கத் தொடங்குகிறார்கள். கோழிகள் தூக்கத்தில் இருந்து விழித்துக் கொண்டு வைகறை நேரத்தைக் கூவிப் பிறருக்குத் தெரிவிக் கின்றன. அடுத்து, குருக்கத்தி எனப்படும் மாதவிக்கொடி படர்ந்துள்ள பந்தலின் மேல், குயில்கள் கூட்டம் கூட்டமாக உட்கார்ந்து பலமுறையும் கூவிக்கூவி வைகறை வந்துற்ற தனையும், கதிரவன் கீழ்த்திசையில் புறப்பட்டு விட்டதனையும் தெரிவிக்கின்றன. இவ்வளவு நிகழ்ந்தும் காலை மலர்ந்த பின்னும் பந்து பொருந்திய கைவிரல்களை உடைய பெண்ணே! நப்பின்னாய்! உன்னுடைய கணவன் திருப்பெயரை நாங்கள் பாடிப் பரவ உன்னுடைய செக்கச் சிவந்த செந்தாமரைக் கைகொண்டு சிறப்புப் பொருந்திய கை வளைகள் ஒலியெழுப்ப, துயிலுணர்ந்து எழுந்துவந்து நாங்கள் எல்லோரும் மகிழும் வண்ணம் கதவைத் திறப்பாயாக! என்று நப்பின்னையை நயம்படக் கேட்டுக் கொள்கிறார்கள்.

இந்தத் திருப்பாசுரத்தில் இரண்டு முக்கிய கருத்துகள் இடம் பெற்றுள்ளன. ஒன்று,

உந்து மதகளிற்றன் ஓடாத தோள் வலியன்
நந்தகோ பாலன் மருமகளே! நப்பின்னாய்!

என்பதாகும். பொதுவாகப் பெண்களுக்குப் பிறந்தகத்தின் ஆசை எத்தனை வயதானாலும் போகாது.

ஆனால், இங்கே நப்பின்னை புகுந்தகத்தைப் பெரிதும் உவக்கின்றாள் என்பதனை 'நந்தகோபாலன் மருமகளே' என்று பெண்கள் விளிப்பதனால் பெறப்படுகின்றது. 'தந்தைக்கு மகள்' என்ற பெருமையைக் காட்டிலும் 'மாமனாருக்கு மருமகள்' என்று ஒரு பெண் வழங்கப்படுவதே பெருமை சேர்ப்பதாகும் என்ற ஓர் உயிரான கருத்து இப்பாசுரத்தின் வழி அறியப் படுகிறது.

இரண்டாவதாக, அத்தை மகனை மைத்துனன் என்று சொல்கின்ற வழக்கு வைணவர்கள் இடையே உண்டு. மாமன் மகளை மணந்து கொள்ளும் முறைமை காரணமாக நப்பின்னையின் நாயகன் கண்ணன் ஆகிறான். மேலும் பிராட்டியின் வழியாகப் பிரானைச் சென்றடைய வேண்டும். அதாவது, நப்பின்னைப் பிராட்டியை முன்னிட்டுக் கிருஷ்ணனைச் சரணாகப் பெற வேண்டும் என்பது வைணவர்கள் கொள்கை. இதனைப் 'புருஷகாரம்' என்பர். அம்மையின் அருளால் அப்பனை அடைவது என்பது சைவ வழக்கு. சுருங்கச் சொன்னால் அம்மையின் அருளால் அவளுக்கு நாயகனான இறைவனைத் துணையாகப் பற்ற வேண்டும் என்பது இதனால் பெறப்படுகின்றது.

இவ்வாறு நப்பின்னையை விளித்து அவள் துணையாலே கண்ணனுடைய பேரருளுக்குப் பாத்திரமாக வேண்டும் என்று, இயற்கை வருணனையும் தெய்வக்கோலச் சிறப்பும் ஒருங்கே அமைந்துள்ள இந்தப் பாசுரத்தில் இராமானுசர் ஆழங்கால்பட்டு நின்றார் என்பதற்கு ஐயமில்லை அன்றோ!

வந்தெங்கும் கோழி அழைத்தன காண் மாதவிப்
பந்தல்மேல் பல்கால் குயிலினங்கள் கூவினகாண்

பந்தார் விரலி! உன் மைத்துனன் பேர்பாடச் செந்தா
மரைக்கையால் சீரார் வளையொலிப்ப வந்து திறவாய்

என்று நப்பின்னைப் பிராட்டியைத் துயிலெழுப்பி, ஆய்க்குலப் பெண்கள் நலம் பெறும் வழியினை இந்தத் திருப்பாசுரம் நயம்பட வருணித்து நிற்கிறது எனலாம்.

உந்து மதகளிற்றன் ஓடாத தோள் வலியன்
நந்தகோ பாலன் மருமகளே! நப்பின்னாய்!
கந்தங் கமழுங் குழலீ! கடைதிறவாய்
வந்தெங்கும் கோழி அழைத்தன காண் மாதவிப்
பந்தல்மேல் பல்கால் குயிலினங்கள் கூவினகாண்
பந்தார் விரலி! உன் மைத்துனன் பேர்பாடச் செந்தா
மரைக்கையால் சீரார் வளையொலிப்ப
வந்து திறவாய் மகிழ்ந்தேலோ ரெம்பாவாய். *(18)*

19. குத்துவிளக்கெரிய

குத்து விளக்கெரியக் கோட்டுக்கால் கட்டில்மேல்
மெத்தென்ற பஞ்ச சயனத்தின் மேலேறி
கொத்தலர் பூங்குழல் நப்பின்னை கொங்கைமேல்
வைத்துக் கிடந்த மலர்மார்பா! வாய்திறவாய்
மைத்தடங் கண்ணினாய்! நீ உன் மணாளனை
எத்தனை போதும் துயிலெழ வொட்டாய்காண்
எத்தனை யேலும் பிரிவாற்ற கில்லாயால்
தத்துவ மன்று தகவேலோ ரெம்பாவாய்.

நப்பின்னைப் பிராட்டியைத் துயிலெழுப்ப முனைந்த திருவாய்ப்பாடிப் பெண்கள் மீண்டும் கண்ணனை எழுப்ப முற்படுகின்றார்கள். பாசுரத்தின் தொடக்கமே 'குத்து விளக்கெரிய' என்று மங்கலமாக அமைகின்றது. தமிழர் வீடுகளில் குத்து விளக்கு ஒரு மங்கலப் பொருளாகும். குத்து விளக்கு ஏற்றாமல் எந்த மங்கல நிகழ்ச்சியும் தமிழர் வீடுகளில் இன்றளவும் நிகழ்வதில்லை. இப்பாசுரத்தின் தொடக்கமே ஓர் அழகிய காட்சி ஓவியமாக அமைந்துள்ளது. திருவாய்ப்பாடியில் கண்ணன் வசிக்கும் திருமாளிகையில் குத்து விளக்குகள் எரிந்த வண்ணம் உள்ளன. கண்ணன் யானைத் தந்தத்தால் செய்யப்பட்ட கால்களை உடைய கட்டிலின் மேல் அமைந்துள்ள பஞ்சு மெத்தையில் அமர்ந்துள்ளான். கொத்துக் கொத்தாக மலர்ந்திருக்கும் பூக்களைத் தன் அழகிய கூந்தலில் அணிந்துகொண்டு ஒளிமயமாகத் திகழும் நப்பின்னைப் பிராட்டியோடு கண்ணன் மகிழ்ந்து பேசிக் கொண்டிருக்கிறான். "மலர் போலும் மலர்ந்திருக்கும் மார்பினை உடைய கண்ணனே! எங்கள் மேல் இரக்கம் வைத்து வாய்திறந்து ஒரு வார்த்தை பேச மாட்டாயா?" என்று இரங்கி ஏங்குகிறார்கள் ஆயர்குலப்

பெண்கள். கண்ணனோ வாய் திறந்தபாடில்லை. பாசுரத்தைக் காண்போம்.

குத்து விளக்கெரியக் கோட்டுக்கால் கட்டில்மேல்
மெத்தென்ற பஞ்ச சயனத்தின் மேலேறி
கொத்தலர் பூங்குழல் நப்பின்னை கொங்கைமேல்
வைத்துக் கிடந்த மலர்மார்பா! வாய்திறவாய்.

கண்ணனிடம் கனிவோடு இரந்து வேண்டியும் கண்ணன் கருணை காட்டவில்லை என்பதனால் அவனோடு உடன் உறை வாழ்வு பெற்ற நப்பின்னையை இரந்து உய்தி பெறலாம் என்று கருதுகிறார்கள். "மைதீட்டிய விசாலமான கண்களை உடையவளே" என்று அவள் கண்களைப் புகழ்கிறார்கள். கண்டீர் என்பது கண்ணிற் சிறந்த உறுப்பில்லை இலக்கணம். எனவே உறுப்புகளிலேயே தலையாய சிறப்புப் பொருந்திய கண்களின் அழகினையே புகழத் தொடங்கி விட்டார்கள். "நப்பின்னையே! எவ்வளவு நாழிகை உன் விட்டு கணவனோடு நீ கூடியிருந்தாலும் அவனை அரைக்கணம் பிரிவதற்கும் கூடச் சம்மதிக்கவில்லையே! இவ்வாறு இருப்பது உனக்குத் தகுதியுடைய செயலன்று; உன்னால் ஒருகணம் உன் கணவனை விட்டுப் பிரிய முடியாது என்பது உண்மையானாலும் கூட, எங்கள் பொருட்டு மனம் இரங்கி அவனைத் தூக்கத்திலிருந்து விழித்தெழ வைத்து, எங்கள் குறையைக் கேட்க வைத்து, நாங்கள் எங்கள் குறையைப் போக்கிக் கொள்ள ஒரு வாய்ப்புத் தரலாம் என்று நப்பின்னையை வேண்டிக் கொள்கிறார்கள்.

மைத்தடங் கண்ணினாய்! நீ உன் மணாளனை
எத்தனை போதும் துயிலெழ வொட்டாய்காண்
எத்தனை யேலும் பிரிவாற்ற கில்லாயால்
தத்துவ மன்று தகவேலோ ரெம்பாவாய்.

இத்திருப்பாசுரத்தில பஞ்சு மெத்தையின் நேர்த்தி, மனம் தொடும்படி வருணிக்கப்பட்டுள்ளது. பஞ்சு, பட்டு, கம்பளம், மலர், தளிர் என்ற ஐவகைப் பொருள்களால் ஆன படுக்கை

'பஞ்ச சயனம்' எனப்படும். அழகு, வெண்மை, மென்மை, நறுமணம், குளிர்ச்சி ஆகிய ஐந்து சிறப்புகளை உடைய படுக்கை என்றும் கூறுவதுண்டு. மேலும் பஞ்ச சயனத்தின் மெத்தென்ற தன்மையாலும் மேன்மையாலும், பக்கத்தில் நப்பின்னை உறைவதனாலும் கண்ணன் கண் விழிக்கவில்லையோ என்றும், ஆய்ச்சியர் குரலுக்குச் செவி மடுத்து இரங்காமல் வாளாகிடத்தல் அவனுடைய தகுதிக்கும் இயல்புக்கும் உடன்பாடான பண்புகள் இல்லை என்பதும் இதனால் தெளிவாகின்றன.

குத்து விளக்கெரியக் கோட்டுக்கால் கட்டில்மேல்
மெத்தென்ற பஞ்ச சயனத்தின் மேலேறி
கொத்தலர் பூங்குழல் நப்பின்னை கொங்கைமேல்
வைத்துக் கிடந்த மலர்மார்பா! வாய்திறவாய்
மைத்தடங் கண்ணினாய்! நீ உன் மணாளனை
எத்தனை போதும் துயிலெழ வொட்டாய்காண்
எத்தனை யேலும் பிரிவாற்ற கில்லாயால்
தத்துவ மன்று தகவேலோ ரெம்பாவாய். (19)

20. முப்பத்து மூவர்

முப்பத்து மூவர் அமரர்க்கு முன்சென்று
கப்பம் தவிர்க்கும் கலியே! துயிலெழாய்
செப்ப முடையாய்! திறலுடையாய்! செற்றார்க்கு
வெப்பம் கொடுக்கும் விமலா! துயிலெழாய்!
செப்பன்ன மென்முலைச் செவ்வாய்ச் சிறுமருங்குல்
நப்பின்னை நங்காய்! திருவே! துயிலெழாய்!
உக்கமும் தட்டொளியும் தந்துன் மணாளனை
இப்போதே எம்மைநீ ராட்டேலோ ரெம்பாவாய்.

மேலைப் பாசுரத்தில் 'தத்துவமன்று தகவு' என்று ஓர் அரிய வைணவக் கோட்பாட்டை சித்தாந்தத்தை நப்பின்னையின் செயல்மேல் வைத்துப் புலப்படுத்திய ஆயர்பாடிப் பெண்கள், இன்னும் கண்ணன் விழிக்காத நிலை கண்டு அவனைப் புகழும் நோக்கில் அவனுடைய பல்வேறு வீரதீரச் செயல்களை விளங்கச் சொல்லித் துயிலேழுப்ப முனைகிறார்கள்.

"முப்பத்து மூன்று பேரை முக்கியமானவர்களாக உடைய தேவர்களுக்கு முன்னாலே சென்று படை நடத்திப் பகைவரிடையே தன்னுடைய வீரத்தை விளங்கக் காட்டித் தேவர்களின் நடுக்கத்தைத் தீர்த்துவைத்த பெருமிதமும் மிடுக்கும் வாய்ந்த அண்ணலே!" என்று முறப்படக் கிளத்துகிறார்கள். இவ்வாறு அவன் வீரதீரத்தைச் சொல்லித் துயில் உணருமாறு வேண்டிக்கொள்கிறார்கள். அவன் துயிலுணர்ந்த பாடாகத் தெரியவில்லை. எனவே, மேலும் அவனைப் புகழத் தொடங்குகிறார்கள். 'நேர்மை உடையவனே' என்று அடுத்துப் பாராட்டினார்கள். அதன் மேலும் 'திறமை உடையவனே' என்று புகழ்ந்தார்கள்.

பகைவர்களுக்கு அச்சத்தை விளைவிக்கின்ற குற்றமற்ற கோமானே என்றும் சொல்லித் துயிலெழுப்ப முனைந்தார்கள்.

முப்பத்து மூவர் அமரர்க்கு முன்சென்று
கப்பம் தவிர்க்கும் கலியே! துயிலெழாய்
செப்ப முடையாய்! திறலுடையாய்! செற்றார்க்கு
வெப்பம் கொடுக்கும் விமலா! துயிலெழாய்.

இவ்வளவு புகழ்ந்து பேசியும் கண்ணனின் கருணைக் கண்கள் திறக்கவில்லை. எனவே மீண்டும் நப்பின்னையின் தயவினை நாடுகின்றார்கள். இப்பொழுது அவனை முன்னிலைப்படுத்திப் பாராட்டத் தொடங்குகிறார்கள். "அழகிய மார்பினையும், செக்கச் சிவந்த வாயினையும், நுண்ணிய இடையினையும் கொண்ட நப்பின்னைப் பெண்ணே" என்று புகழ்ந்துரைத்தார்கள். "இலட்சுமி போன்றவளே" என்று அடுத்து மொழிந்தார்கள். "தூக்கத்தி லிருந்து விழிப்பாயாக" என்றும் கேட்டுக்கொண்டார்கள். பாவை நோன்பிற்குப் பயன்படும் விசிறியினையும் கண்ணாடியினையும் வழங்கி இக்கணமே உன் கணவனை கண்ணனை மார்கழி நீராடுவதற்கு எழுப்பி அருள வேண்டும் என்று வேண்டிக் கொள்கிறார்கள்.

செப்பன்ன மென்முலைச் செவ்வாய்ச் சிறுமருங்குல்
நப்பின்னை நங்காய்! திருவே! துயிலெழாய்
உக்கமும் தட்டொளியும் தந்துன் மணாளனை
இப்போதே எம்மைநீ ராட்டேலோ ரெம்பாவாய்.

சென்ற திருப்பாசுரத்தில் நப்பின்னையின் உதவியை நயந்து கேட்டும் அவள் உதவாத காரணத்தினால் அவள் போக்குக்கு, உதவாத பான்மை உரியதன்று என்னும் கருத்தில் 'தத்துவமன்று தகவு' என்று நப்பின்னையைச் சாடிப் பேசிவிட்டவர்கள் இப்பொழுது சற்று வருந்துகிறார்கள். நப்பின்னையக் கோபித்துக் கொண்டது ஒருவேளை அவள் கணவனாகிய கண்ணனுக்கு வருத்தத்தைத் தந்திருக்குமோ? என்று எண்ணி இத்திருப்பாசுரத்தின் தொடக்கத்தில் முதற்கண்

அவனையே புகழ்ந்து பேசினர். ஆயினும் அவன் பிடி கொடுக்கவில்லை. எனவே, ஆயர்குலப் பெண்கள், ஒரு பெண்தான் மற்றொரு பெண்ணின் மனத்தை நன்கறிய முடியும் என்றபடி மீண்டும் நப்பின்னையைப் புகழ்ந்து, தங்கள் குறை முடிக்க வேண்டுகிறார்கள். இதுவரை பறை ஒன்றையே கேட்டவர்கள். இந்தத் திருப்பாசுரத்தில் நோன்புக்கு உரிய கருவிகளான விசிறியினையும் கண்ணாடியினையும் கேட்கின்றார்கள். இவை மட்டும் தந்தால் போதாது. உன் மணாளனையும் உவந்து தந்து எங்களுடன் மார்கழி நீராட அனுப்பி வைக்க வேண்டும் என்கிறார்கள். 'இப்போதே' என்ற சொல்லால் அவர்கள் காட்டும் விரைவு புலப்படுகின்றது. "நன்றே செய்யவும் வேண்டும், நன்றும் இன்றே செய்யவும் வேண்டும்'' என்னும் கபிலரகவற் பாடல் இங்கு நினைக்கத்தக்கது.

முப்பத்து மூவர் அமரர்க்கு முன்சென்று
கப்பம் தவிர்க்கும் கலியே! துயிலெழாய்
செப்ப முடையாய்! திறலுடையாய்! செற்றார்க்கு
வெப்பம் கொடுக்கும் விமலா! துயிலெழாய்!
செப்பன்ன மென்முலைச் செவ்வாய்ச் சிறுமருங்குல்
நப்பின்னை நங்காய்! திருவே! துயிலெழாய்!
உக்கமும் தட்டொளியும் தந்துன் மணாளனை
இப்போதே எம்மைநீ ராட்டேலோ ரெம்பாவாய். (20)

21. ஏற்ற கலங்கள்

ஏற்ற கலங்கள் எதிர்பொங்கி மீதளிப்ப
மாற்றாதே பால்சொரியும் வள்ளல் பெரும்பசுக்கள்
ஆற்றப் படைத்தான் மகனே! அறிவுறாய்
ஊற்ற முடையாய்! பெரியாய்! உலகினில்
தோற்றமாய் நின்ற சுடரே! துயிலெழாய்!
மாற்றார் உனக்கு வலிதொலைந்துன் வாசற்கண்
ஆற்றாது வந்துன் னடிபணியு மாபோலே
போற்றியாம் வந்தோம் புகழ்ந்தேலோ ரெம்பாவாய்.

இறைவன் அடியவர்களின் ஆராத அன்புக்குக் கட்டுப்பட்டவன் அன்றோ! அதிலும் 'பெண்ணென்று சொல்லிடிலோ ஒரு பேயும் இரங்குமென்பார்' என்னும் பாரதியின் கூற்றுப்படி, பெண்களல்லவா வேண்டு கின்றார்கள். எனவே, முதறக்கண் நப்பின்னையின் அருளும் அவள் பரிந்துரைப்படி அவள் கணவனாம் கண்ணனின் அருளும் திருவாய்ப்பாடிப் பெண்களுக்குக் கிடைத்து விட்டன.

மேலைப்பாசுரத்தில் இப்பொழுதே அருள வேண்டும் என்று கேட்டவர்களுக்கு ஒரு கணமும் தாமதியாமல் அக்கணமே கண்ணன் அருள் பாலித்து விட்டான் அன்றோ! எனவே, இத்திருப்பாசுரத்தில், அவன் வளர்ந்த ஆயர் குலத்தின் அருமை பெருமைகளை எல்லாம் அடுக்கிப் பேசத் தொடங்கிவிட்டார்கள்.

கறந்த பாலை ஏற்றுக் கொள்ளும் கொள்ளளவு நிறைந்த பாத்திரங்கள் நிறைந்து மேலெழுந்து பொங்கி அளிக்கும் வகையில், மாறாத வகையில் பாலினைச் சொரிகின்ற

வள்ளண்மை வாய்ந்த பெரும் பசுக்களைத் தன்னுடைய செல்வமாகப் பெற்றவன் நந்தகோபன், என்று பெண்கள் புகழ்கிறார்கள். மேலொரு பாசுரத்திலும் 'வாங்கக் குடம் நிறைக்கும் வள்ளல் பெரும் பசுக்கள்' என்றார்கள். இந்தத் திருப்பாசுரத்திலும் பசுக்கள் பால்சொரிந்து ஆய்ப்பாடியின் செல்வவளத்தைச் செழிப்புறச் செய்வதனைக் காண்கிறோம்.

ஏற்ற கலங்கள் எதிர்பொங்கி மீதளிப்ப
மாற்றாதே பால்சொரியும் வள்ளல் பெரும்பசுக்கள்
ஆற்றப் படைத்தான் மகனே! அறிவுறாய்!

இத்தகைய பால்வளத்தால் பல்வளமும் பெற்றுச் செல்வத்தின் நாயகனான நந்தகோபாலனின் மகனே, என்று கண்ணனை அழைப்பதனால் அவன் வளரும் செல்வச் சூழ்நிலை புலப்படுத்தியவாறு. கண்ணனே! நீ துயிலுணர்ந்து எழுந்திருக்க வேண்டும் என்கிறார்கள். அடுத்து, அடியவர்கள் பக்திக்கு ஆட்பட்டு அவர்களைக் காப்பதில் கருத்தூன்றி நிற்கும் திண்மை உடையவனே என்கிறார்கள். 'பக்தி வலையில் படுபவன் கண்டாய்' என்று ஆண்டவனை ஆன்றோர் குறிப்பிடுவர். அந்த வகையில் பெரியவனாக, உயிர்களின் வருத்தம் போக்க உலகிலே அவதரித்தவனாக -நிலைபெற்றிருக்கும் தன்மையால் சுடர்மிகு சோதியாக - கண்ணன் - மணிவண்ணன் - விளங்குகின்றானாம். எனவே புகழ்ச்சிகளுக்கெல்லாம் வாய்ப்பாக உறைவிடமாக விளங்குகின்ற எம்பெருமான் துயிலெழ வேண்டும் என்கிறார்கள்.

ஊற்றம் உடையாய்! பெரியாய்! உலகினில்
தோற்றமாய் நின்ற சுடரே! துயில் எழாய்!

பகைவர்கள் எவராயிருந்தாலும் அவர்கள் உன்முன் நிற்கும் பொழுது வலிமை அழிந்து உன் வாசலில் வந்து உன் அடி பணிந்து சரணாகதி வேண்டுவார்கள் என்கிறார்கள் பெண்கள். 'எத்திசையும் உழன்று ஓடி எங்கும் புகலற்று இளைத்து விழுந்த காகம்' என்று காகாசுரன் இராமனைச் சரண் புகுந்த

கதையினை நாம் இங்கே நினைவுபடுத்திக் கொள்ளலாம். வைணவ சம்பிரதாயத்தில் சரணாகதித் தத்துவம் என்பது தனிச்சிறப்பு வாய்ந்ததாகும். கண்ணனின் வலிமைக்கு முன் ஆற்றாது தோற்ற பகைவர்கள் அவனுடைய பாதாரவிந்தங்களே இனி உய்யும் வழி என்று கண்டு கண்ணன் கழலிணைகளில் சரண் அடைவர்.

வேதாந்த தேசிகர் இந்தச் சரணாகதித் தத்துவத்தை மிக விளக்கமாக எடுத்துரைத்துள்ளார். இங்கோ ஆய்ப்பாடிப் பெண்கள் "கண்ணா ! உன்னைத் தவிர எங்களுக்கு வேறு கதியில்லை. உன்னையே சரணடைய வந்திருக்கிறோம்'' என்று குறிப்பிடுகிறார்கள். அவன் தங்கள் சரணாகதியை ஏற்றுக் கொள்ள வேண்டும் என்பதற்கு இரண்டு ஏதுக்களை எடுத்துக் காட்டுகிறார்கள். 'உலகினில் தோற்றமாய் நின்ற சுடரே' என்பதும்; மாற்றார் உனக்கு வலி தொலைந்து உன் வாசற்கண் ஆற்றாது வந்து உன் அடி பணியுமாப் போல' என்பதும், அவன் சரணாகதி தரத் தக்கவன் - உலக உயிர்கள் உய்யும் பொருட்டே வானுலகத்திலே இருந்து மண்ணுலகத்திற்கு இறங்கி வந்திருக்கும் கருணைக்கடல் என்பதும் புலப்படுத்தப் பட்டுள்ளன.

இவ்வாறு கண்ணன் கழலடிகளைப் போற்றி, அவன் அருள் வேண்டுவது அவசியம் என்பதைத் இத் திருப்பாசுரத்தில் திருவாய்ப்பாடிப் பெண்கள் வற்புறுத்து கிறார்கள். இத்திருப்பாசுரத்தில் ஞானாசிரியன் சீடன் உறவு, பசு பால் பாக்கியம் என்பவற்றால் விளக்கப் பட்டிருப்பதையும் காணலாம்.

ஏற்ற கலங்கள் எதிர்பொங்கி மீதளிப்ப
மாற்றாதே பால்சொரியும் வள்ளல் பெரும்பசுக்கள்
ஆற்றப் படைத்தான் மகனே! அறிவுறாய்
ஊற்ற முடையாய்! பெரியாய்! உலகினில்
தோற்றமாய் நின்ற சுடரே! துயிலெழாய்!
மாற்றார் உனக்கு வலிதொலைந்துன் வாசற்கண்

ஆற்றாது வந்துன் னடிபணியு மாபோலே
போற்றியாம் வந்தோம் புகழ்ந்தேலோ ரெம்பாவாய். *(21)*

22. அங்கண்மா ஞாலத்து

அங்கண்மா ஞாலத் தரசர் அபிமான
பங்கமாய் வந்துநின் பள்ளிக்கட் டிற்கீழே
சங்க மிருப்பார்போல் வந்து தலைப் பெய்தோம்
கிங்கிணிவாய்ச் செய்த தாமரைப் பூப்போல,
செங்கண் சிறுச்சிறிதே எம்மேல் விழியாவோ
திங்களும் ஆதித் தியனும் எழுந்தாற்போல்
அங்கணிரண்டுங்கொண் டெங்கள் மேல் நோக்குதியேல்
எங்கள்மேல் சாபம் இழிந்தேலோ ரெம்பாவாய்.

உய்யும் வழியொன்றும் காணாமல் உன் கழல்களே சரணம் சரணம் என்று உன்னிடம் புகலடைந்தோம் என்று முன்னைய பாசுரத்தில் திருவாய்ப்பாடிப் பெண்கள் கண்ணனைச் சரணடைந்த திறத்தினைக் கண்டோம். இத்திருப்பாசுரத்தில் கண்ணனுடைய கணக்கிலாத ஆற்றலினையும் அரும்பண்புகளையும் தொகுத்துக் கூறுகிறார்கள் அவர்கள். இடமகன்ற இப்பெரிய உலகமே நம்முடையது என்று தருக்கில் திரிந்த அரசர்கள் அந்தத் தருக்கு நீங்கப் பெற்றவர்களாய் உன் பள்ளியறையில் நீ படுத்துக் கொண்டிருக்கும் கட்டிலுக்கு அருகில் கூட்டமாகக் கூடியிருப்பதுபோல், நாங்களும் உன் திருக்கல்யாண குணங்களில் ஈடுபட்டு, தோய்ந்து, எங்கள் சொந்த அபிமானம் நீங்கப் பெற்றவர்களாய் உன்னிடம் வந்து சேர்ந்தோம் என்கிறார்கள்.

அங்கண்மா ஞாலத் தரசர் அபிமான
பங்கமாய் வந்துநின் பள்ளிக்கட் டிற்கீழே சங்க
மிருப்பார்போல் வந்து தலைப் பெய்தோம்.

இவ்வாறு தங்கள் செருக்கு நீங்கியவர்கள் இறைவன் உலகை எட்டுவார்கள் என்னும் பொருள்படத் திருவள்ளுவர் பெருமான்,

'யான் எனது என்னும் செருக்கறுப்பான் வானோர்க்கு உயர்ந்த உலகம் புகும்'.

என்று குறிப்பிட்டுள்ளார். கிண்கிணியின் வாய்போல் சிறிதே மலர்ந்திருக்கும் தாமரைப் பூப்போல விளங்குகின்ற உன்னுடைய திருமுகத்திலே இருந்து அருள் பாலிக்கும் உன்னுடைய செக்கச் சிவந்த கண்கள் ஒரு சிறிதேனும் எங்கள் மேலே விழியாவோ, அவ்வாறு விழித்தால் அது ஆகாதோ? என்று கண்ணனுடைய கருணைக் கண்கள் தங்கள் மேல் பதிய வேண்டும் என்று இரங்கி ஏங்கிக் கேட்டுக் கொள்கிறார்கள்.

கிங்கிணிவாய்ச் செய்த தாமரைப் பூப்போல,
செங்கண் சிறுச்சிறிதே எம்மேல் விழியாவோ.

இவ்வாறு இரந்து கேட்டும், கண்ணன் கெஞ்சித்தும் கருணை காட்டவில்லை. சந்திரனும், சூரியனும் ஒருசேர உதித்தது போல உன்னுடைய அழகைக் கண்டு திளைக்கும் எங்களை நோக்கிக் கண்கள் இரண்டனையும் கொண்டு கருணை காட்டுவாயாகில் எங்களை நீ கண்ணெடுத்தும் பார்க்க வில்லை என்ற சாபம் தொலைந்து, நாங்கள் உய்வோம் என்று திருவாய்ப்பாடிப் பெண்கள் முத்தாய்ப்பாகப் பேசுகிறார்கள்.

திங்களும் ஆதித் தியனும் எழுந்தாற்போல்
அங்கணிரண்டுங்கொண் டெங்கள் மேல் நோக்குதியேல்
எங்கள்மேல் சாபம் இழிந்தேலோ ரெம்பாவாய்.

இங்குத் 'திங்களும் ஆதித்தியனும்' என்று ஒரேயடியில் முரண்பட்ட இருபொருள்கள் இடம் பெற்றிருப்பது முரண்தொடை நயமாகும்.

சந்திரனும் சூரியனும் கண்ணனின் இரு கண்களாக இங்கே காட்டப்படுகின்றன. அவன் கண்களில் வெப்பமும் உண்டு;

தட்பமும் உண்டு என்பதனை இது புலப்படுத்தும். மாற்றார் அவன் கண் வெப்பத்தால் தொலைகிறார்கள். அவனது அடியார் அவன் தட்பத்தால் குளிர்ந்து மகிழ்கிறார்கள். இவ்வாறு இத்திருபாசுரத்தில் கண்ணன் மாட்டுக் காதல் மீதூரப் பெற்ற திருவாய்ப்பாடிப் பெண்கள், அவனை வாழ்த்துவதே தங்களுடைய வாழ்வாக அமைகிறது என்பதனைப் புலப்படுத்தியிருக்கக் காணலாம்.

அங்கண்மா ஞாலத் தரசர் அபிமான
பங்கமாய் வந்துநின் பள்ளிக்கட் டிற்கீழே சங்க
மிருப்பார்போல் வந்து தலைப் பெய்தோம்
கிங்கிணிவாய்ச் செய்த தாமரைப் பூப்போல
செங்கண் சிறுச்சிறிதே எம்மேல் விழியாவோ
திங்களும் ஆதித் தியனும் எழுந்தாற்போல்
அங்கணிரண்டுங்கொண் டெங்கள் மேல் நோக்குதியேல்
எங்கள்மேல் சாபம் இழிந்தேலோ ரெம்பாவாய். ***(22)***

23. மாரி மலைமுழைஞ்சில்

**மாரி மலைமுழைஞ்சில் மன்னிக் கிடந்துறங்கும்
சீரிய சிங்கம் அறிவுற்றுத் தீவிழித்து
வேரி மயிர்பொங்க எப்பாடும் பேர்ந்துதறி
மூரி நிமிர்ந்து முழங்கிப் புறப்பட்டுப்
போதருமா போலேநீ பூவைப்பூ வண்ணாஉன்
கோயில்நின் றிங்ஙனே போந்தருளிக் கோப்புடைய
சீரிய சிங்காசனத்திருந்து யாம்வந்த
காரியம் ஆராய்ந் தருளேலோ ரெம்பாவாய்.**

திருவாய்ப்பாடிப் பெண்கள் கண்ணனைப் புகழ்ந்தும், அவனுடைய வீர தீரச் செயல்களை விளக்கமாக எடுத்துரைத்தும் அவனுடைய மனைவியாகிய நப்பின்னையை நயந்து வேண்டிக் கொண்டும் இவ்வாறு பலவாறாகவும் கண்ணனைத் துயிலிலிருந்து எழுப்பப் பல்வேறு வகையான முயற்சிகளை மேற்கொண்டார்கள். இப்பொழுது அவனைத் துயில் உணர்த்துவதன் காரணத்தை விண்டுரைப்பதாக இப்பாசுரம் அமைந்துள்ளது.

நல்ல மழைக்காலம்; ஆண்மையுள்ள சிங்கமொன்று மலைக்குகையில் படுத்து உறங்கிக் கொண்டிருக்கின்றது. அந்தச் சிறப்புடைய சிங்கமானது உறக்கம் தெளிந்து தீப்பொறி பறக்கும் தன் கண்களை விழித்துப் பிடரி மயிர்கள் பொங்கும்படி எல்லாப் பக்கமும் திரும்பிப் பார்த்து, சோம்பல் முறித்துத் தன் பெருமை தோன்ற நிமிர்ந்து, அக்குகையினின்றும் வெளிப்பட்டு, கம்பீரத்தோடு நடந்து வருகிறது என்று, சிங்கமொன்று தான் வாழும் குகையிலிருந்து தூக்கத்தினின்று விழித்து எழுந்து வருவதனை எழுந்து வரும்

காட்சியினைக் கோதை நாச்சியார் தாம் அருகிலிருந்து பார்த்தது போல அப்படியே வருணித்துள்ளார்.

மாரி மலைமுழைஞ்சில் மன்னிக் கிடந்துறங்கும்
சீரிய சிங்கம் அறிவுற்றுத் தீவிழித்து
வேரி மயிர்பொங்க எப்பாடும் பேர்ந்துதறி
மூரி நிமிர்ந்து முழங்கிப் புறப்பட்டுப்
போதருமா போலே

ஒரு பெண்பாற் கவிஞரான ஆண்டாள் எவரும் அரிதில் காணமுடியாத மலைக் குகைக்குள்ளே நடைபெறும் ஒரு காட்சியினை மாட்சிமைப்பட வருணித்திருப்பது உளம் உவந்து பாராட்டத்தக்கதாகும்.

இந்தச் சிங்கத்தின் சிறப்புக் காட்சியினைத் திருவாய்ப்பாடிப் பெண்கள் கூறுவதற்கு ஒரு காரணம் உண்டு. கண்ணனும் அவ்வாறு புறப்பட்டு வரவேண்டும் என்று வேண்டிக் கொள்வார்போல, இச்சிங்க வருணனையை முன்வைக்கின்றார்கள்.

"கண்ணனே! காயம்பூ வண்ணனே! உன்னுடைய திருக்கோயிலிலிருந்து, சிங்கம் எவ்வாறு தன் குகையிலிருந்து ஆண்மையோங்கப் புறப்பட்டதோ அதுபோல நீயும் நாங்கள் இருக்கும் இடத்திற்கு எழுந்தருளி, வேலைப்பாடுகள் மிக்க, சிறப்பு மிக்க இந்தச் சிங்காசனத்தில் வீற்றிருப்பாயாக. அவ்வாறு ராஜகம்பீரத்தோடு நீ வீற்றிருந்து நாங்கள் வந்த காரியத்தைக் கேட்டு ஆராய்ந்து எங்களுக்கு அருள் பாலிப்பாயாக!" என்று கேட்டுக் கொள்கின்றார்கள். ஆய்ச்சியர் குடிப்பெண்கள் தங்கள் குறையைக் கேட்க வேண்டுமென்று கண்ணனிடம் கூறுகின்றார்களே ஒழியத் தங்கள் குறை இன்னதென்று வெளிப்படையாக இல்லா' விட்டாலும், குறிப்பாகக் கூடக் கூறமுற்படவில்லை என்பது தெரியவரும்.

பூவைப்பூ வண்ணாஉன்
கோயில்நின் றிங்ஙனே போந்தருளிக் கோப்புடைய

சீரிய சிங்காசனத்திருந்து யாம்வந்த
காரியம் ஆராய்ந் தருளேலோ ரெம்பாவாய்.

ஆய்ச்சியர்கள், மலைக்குகையில் வதியும் சிங்கம் விழித்தெழுந்து கம்பீரத்தோடு புறப்பட்டு வெளிவருவது போல, யசோதை வளர்க்கும் இளங்சிங்கமும் தன் இருப்பிடத்தை விட்டுப் புறப்பட்டு வர வேண்டுமென்று வேண்டிக் கொள்கின்றார்கள்.

மாரி மலைமுழைஞ்சில் மன்னிக் கிடந்துறங்கும்
சீரிய சிங்கம் அறிவுற்றுத் தீவிழித்து
வேரி மயிர்பொங்க எப்பாடும் பேர்ந்துதறி
மூரி நிமிர்ந்து முழங்கிப் புறப்பட்டுப்
போதருமா போலேநீ பூவைப்பூ வண்ணாஉன்
கோயில்நின் றிங்ஙனே போந்தருளிக் கோப்புடைய
சீரிய சிங்காசனத்திருந்து யாம்வந்த
காரியம் ஆராய்ந் தருளேலோ ரெம்பாவாய். *(23)*

24. அன்று இவ்வுலகம் அளந்தாய்

அன்றிவ் வுலகம் அளந்தாய்! அடிபோற்றி!
சென்றங்குத் தென்னிலங்கை செற்றாய்! திறல்போற்றி!
பொன்றச் சகடம் உதைத்தாய்! புகழ்போற்றி!
கன்று குணிலா எறிந்தாய்! கழல்போற்றி!
குன்று குடையாய் எடுத்தாய்! குணம்போற்றி!
வென்று பகைகெடுக்கும் நின்கையில் வேல்போற்றி!
என்றென் றுன் சேவகமே ஏத்திப் பறைகொள் வான்
இன்றுயாம் வந்தோம் இரங்கேலோ ரெம்பாவாய்.

திருவாய்ப்பாடியில் வாழும் பெண்களின் விண்ணப் பத்தினை ஏற்றுக் கண்ணனும் படுக்கையை விட்டு எழுந்து அவர்களிருக்கும் இடம் நாடி வருகின்றான். அவன் வடிவழகும், நடையழகும் கொண்டு நடைபயின்று வரும்பொழுது இவர்கள் எந்தக் காரணத்திற்காகக் கண்ணனை நாடி வந்தார்களோ அந்தக் காரணத்தையே மறந்து போய்விடுகின்றார்கள். முதற்கண், அவன் வடிவழகிலே மெய்மறந்து தங்களை மறந்து விடுகின்றார்கள். இரண்டாவதாக, அவன் நடையழகிலே சொக்கிப் போய்விடுகின்றார்கள். ஆயர்குலப் பெண்கள் முதலில் கண்ணனுடைய கழலடிகளைப் போற்றுகின்றார்கள். இறைவனுடைய திருவோலக்கப் பொலிவினைக் கண்டாலும் ஓர் உண்மையான பக்தனின் நோக்கு அவனுடைய அடிகளிலேயே இருக்க வேண்டும்.

மாவலிச் சக்கரவர்த்தியிடம் மூன்றடி மண்கேட்டு இந்த உலகத்தையே அளந்த அந்தத் திருவடிகளைப் போற்றுகின்றார்கள்.

காலடிகளைப் போற்றியவர்கள் இப்பொழுது சீதாப் பிராட்டியின் பொருட்டுத் தென்னிலங்கை சென்று இராவணன் உள்ளிட்ட அரக்கர் குலத்தை அடியோடு வேரறுத்த வெற்றியைப் போற்றுகின்றார்கள். மூன்றாவதாக, கம்சனால் ஏவப்பட்டு, வண்டி வடிவில் வந்த சகடாசுரனைக் காலால் எட்டி உதைத்து மாயச் செய்த புகழினைப் பாடுகின்றார்கள். நான்காவதாக, தன்னைக் கொல்லக் கம்சனால் ஏவப்பட்ட, கன்று வடிவில் வந்த அசுரனை எறிதடியாகக் கொண்டு விளங்கனி வடிவாகத் தொங்கிக் கொண்டு, கண்ணனைக் கொல்லத் திட்டமிட்ட அசுரன்மேல் வீசியெறிந்து, இரண்டு அசுரர்களையும் ஒருங்கே ஒழித்தவனே! என்று அவனுடைய வெற்றியைப் போற்றுகின்றார்கள். ஐந்தாவதாக, எப்படிப்பட்ட பகையினையும் மாய்த்து வெற்றி பெறுகின்ற திறனுடைய அவனுடைய கை வேலினைப் போற்றுகின்றார்கள்.

***அன்றிவ் வுலகம் அளந்தாய்! அடிபோற்றி!
சென்றங்குத் தென்னிலங்கை செற்றாய்! திறல்போற்றி!
பொன்றச் சகடம் உதைத்தாய்! புகழ்போற்றி!
கன்று குணிலா எறிந்தாய்! கழல்போற்றி!
குன்று குடையாய் எடுத்தாய்! குணம்போற்றி!
வென்று பகைகெடுக்கும் நின்கையில் வேல்போற்றி!***

இவ்வாறு கண்ணனுடைய வீரப்பண்பினையும் வெற்றித் திறனையும் விளங்கப்பாடிய ஆயர்குடிப் பெண்கள் இப்பொழுது தாங்கள் வந்த காரியத்தினையும் நினைத்துக் கொள்கின்றார்கள். பாவை நோன்புக்கு வேண்டிய பறையைப் பெற்றுக் கொள்வதற்காக, எப்பொழுதும் உனக்குத் தொண்டு செய்வதையே உவப்பாக மேற்கொள்ளும் நாங்கள் வந்திருக்கின்றோம். எங்கள்பால் இரக்கம் காட்டுவாயாக! என்று குறிப்பிடுகின்றார்கள்.

***அன்றிவ் வுலகம் அளந்தாய்! அடிபோற்றி!
சென்றங்குத் தென்னிலங்கை செற்றாய்! திறல்போற்றி!
பொன்றச் சகடம் உதைத்தாய்! புகழ்போற்றி!***

கன்று குணிலா எறிந்தாய்! கழல்போற்றி!
குன்று குடையாய் எடுத்தாய்! குணம்போற்றி!
வென்று பகைகெடுக்கும் நின்கையில் வேல்போற்றி!
என்றென் றுன் சேவகமே ஏத்திப் பறைகொள் வான்
இன்றுயாம் வந்தோம் இரங்கேலோ ரெம்பாவாய். (24)

25. ஒருத்தி மகனாய்ப் பிறந்து

ஒருத்தி மகனாய்ப் பிறந்து, ஓரிரவில்
ஒருத்தி மகனாய் ஒளித்து வளர,
தரிக்கிலா னாகித் தான்தீங்கு நினைந்த
கருத்தைப் பிழைப்பித்துக் கஞ்சன் வயிற்றில்
நெருப்பென்ன நின்ற நெடுமாலே! உன்னை
அருத்தித்து வந்தோம் பறைதருதி யாகில்
திருத்தக்க செல்வமும் சேவகமும் யாம்பாடி
வருத்தமும் தீர்ந்து மகிழ்ந்தேலோ ரெம்பாவாய்.

முன்னைய பாசுரத்தில் கண்ணன் திருவாய்ப்பாடிப் பெண்களின் வேண்டுகோளுக்கு மனமிரங்கி, அவர்களுடைய குறையைக்கேட்டு, நிறைவு செய்வதற்காக வந்ததாகக் கருதிக்கொண்டு இப்பாசுரத்தைக் காண்போம்.

இப்பாசுரம், திருவாய்ப்பாடிப் பெண்களின் கிருஷ்ண பக்தியையும், கண்ணனின் பால சரிதத்தில் அவர்கள் நெஞ்சம் தோய்ந்து ஈடுபட்ட பாங்கினையும் ஒருங்கே புலப்படுத்துகின்றது எனலாம். பெரும்பாலும் கண்ணனுடைய பிள்ளைப் பருவத்து நிகழ்ச்சிகளை ஆய்ப்பாடிப் பெண்கள் அழகுற எடுத்து மொழிகின்றார்கள்.

முதலில், கண்ணன் தேவகிக்கும், வசுதேவனுக்கும் மகனாகப் பிறந்து, கம்சனால் கொல்லப்பட்டு விடுவான் என்பதனால் திருவாய்ப்பாடியில் விடப்பட்டு, யசோதை - நந்தகோபாலன் மகனாய் மறைந்து வளர்ந்த கதையினைக் கூறத் தொடங்குகின்றார்கள்.

ஒருத்தி மகனாய்ப் பிறந்து, ஓரிரவில்
ஒருத்தி மகனாய் ஒளித்து வளர,

என்கிறார்கள்.

கண்ணனுடைய பிறப்பையும் வளர்ப்பையும் பற்றிப் பேசிய பெண்கள் அடுத்து, அவனுடைய மாமன் கம்சன் கண்ணனை அழிக்க மேற்கொண்ட வஞ்சகச் செயல்களை வகைப்படுத்திக் காட்டுகின்றார்கள். முன்னைய திருப்பாசுரத்தில் வண்டி வடிவில் வந்த அசுரன், விளாமர வடிவில் வந்த அசுரன் முதலானவர்களையெல்லாம், கண்ணன் கொன்றொழித்த திறத்தினைப் பார்த்தோம். அதற்கு முற்பட்ட பாசுரங்களில் பேய் வடிவில் வந்த பூதனை என்னும் அரக்கியை மாய்த்த திறமும் கண்டோம். குவலய பீடம் என்னும் யானை வடிவில் வந்த அசுரன் பட்ட பாட்டினையும் கண்டோம். கண்ணனுக்குத் தீங்கிழைக்கக் கம்சன் மேற்கொண்ட முயற்சிகளெல்லாம் பொடிப்பொடியாய் உதிர்ந்து போய்விட்டன. கண்ணன் அழிந்தான் என்று ஒப்புக்கு அலறி அடித்துக்கொண்டு, பொய்யாக நடித்து அழவேண்டுமென்று திட்டமிட்டிருந்த கம்சனுக்கு அடிமேல் அடி விழுந்துவிட்டது. அவனுடைய முயற்சிகளெல்லாம் முனை மழுங்கிப் போய்விட்டன.

அத்தகைய கொடுங்கோலன் வாழும் நாட்டிலே வாழ்ந்த ஆண்களும், பெண்களும் அவனுடைய முறையற்ற செயல்களைத் தொடர்ச்சியாகக் கண்டு வயிறெரிந்தார்கள். அவர்களுடைய வயிற்று நெருப்பையெல்லாம் கண்ணன் வாரி கம்சன் வயிற்றில் போட்டுவிட்டான் என்கிறார்கள்.

தரிக்கிலா னாகித் தான்தீங்கு நினைந்த
கருத்தைப் பிழைப்பித்துக் கஞ்சன் வயிற்றில்
நெருப்பென்ன நின்ற நெடுமாலே!

இவ்வாறு ஆய்ச்சியர் கண்ணனைப் பலபடியாகப் புகழ்ந்ததும், கண்ணன் இவர்களுடைய குறையைக் கேட்க, இவர்களும் தங்கள் குறையை மனம்விட்டுச் சொல்கின்றார்கள்.

"உன்னை யாசித்து வந்திருக்கின்றோம்; பாவை நோன்புக்குரிய பறையை நீ இப்பொழுது தருவாயேயானால்

நாங்கள் பெற்றுக் கொள்வோம், உன்னுடைய பெருஞ் செல்வத்தினையும் வீர மேம்பாட்டினையும் புகழ்ந்து பாடி எங்கள் வருத்தத்தைத் தீர்த்துக் கொண்டு மகிழ்ச்சியடைவோம்" என்கின்றார்கள்.

***உன்னை
அருத்தித்து வந்தோம் பறைதருதி யாகில்
திருத்தக்க செல்வமும் சேவகமும் யாம்பாடி
வருத்தமும் தீர்ந்து மகிழ்ந்தேலோ ரெம்பாவாய்***

என்கிறார்கள்.

இந்தப் பாசுரத்தில் சொல்லப்பட்ட கருத்து, பகவானைப் பிரிந்து வருத்தமுறும் உயிர்கள், அவனுடைய புகழைப்பாடி வருத்தம் தீர்ந்து, மகிழ்ச்சியிலே திளைக்க வேண்டும் என்பதாம். இதற்குக் கண்ணனுடைய பேரருள் துணைசெய்ய வேண்டும் என்று அவனருளாலே, அவன் தாள் வணங்குகின்றார்கள்.

***ஒருத்தி மகனாய்ப் பிறந்து, ஓரிரவில்
ஒருத்தி மகனாய் ஒளித்து வளர,
தரிக்கிலா னாகித் தான்தீங்கு நினைந்த
கருத்தைப் பிழைப்பித்துக் கஞ்சன் வயிற்றில்
நெருப்பென்ன நின்ற நெடுமாலே! உன்னை
அருத்தித்து வந்தோம் பறைதருதி யாகில்
திருத்தக்க செல்வமும் சேவகமும் யாம்பாடி
வருத்தமும் தீர்ந்து மகிழ்ந்தேலோ ரெம்பாவாய். (25)***

26. மாலே மணிவண்ணா

**மாலே! மணிவண்ணா! மார்கழிநீ ராடுவான்
மேலையார் செய்வனகள் வேண்டுவன கேட்டியேல்
ஞாலத்தை யெல்லாம் நடுங்க முரல்வன
பாலன்ன வண்ணத்துன் பாஞ்சசன் னியமே
போல்வன சங்கங்கள் போய்ப்பா டுடையனவே
சாலப் பெரும்பறையே பல்லாண் டிசைப்பாரே
கோல விளக்கே கொடியே விதானமே
ஆலி னிலையாய் அருளேலோ ரெம்பாவாய்.**

இந்தத் திருப்பாசுரத்தில் திருவாய்ப்பாடிப் பெண்கள் கண்ணனுடைய சௌலப்பியம் என்றும் எளிமையிலும் அவனுக்கே உரிய காதற் சிறப்பிலும் ஈடுபட்டு அவனுடைய திருக்கல்யாண குணங்களைப் பலபடியாகப் புகழ்ந்து பேசுகின்றார்கள். அவ்வாறு புகழ்ந்து பேசும் போக்கில் தாங்கள் வேண்டுவனவற்றையும் விரும்பிக் கேட்கின்றார்கள்.

முதற்கண், 'மாலே' என்று அழைக்கின்றார்கள். 'மால்' என்ற சொல்லுக்கு 'மயக்கத்தைத் தருபவன்' என்பது பொருள். அதற்குமுன் நாரணனாக, பரமனாக, தேவனாக அவனுடைய பரத்துவ நிலையைக் கண்டவர்கள், இப்பொழுது அவன் தங்களை அவனுடைய வடிவழகாலும், நடையழகாலும் கவர்ந்து, மாயங்கள் பலவற்றை எழுப்பும் திறம் வாய்ந்தவன் என்று குறிப்பிடுகிறார்கள். 'மாலே' என்று சொன்னவர்கள், அடுத்து 'மணிவண்ணா' என்கின்றார்கள். பிறிதோர் ஆழ்வாரும் 'கொண்டல் வண்ணனை கோவலனை வெண்ணெய் உண்ட வாயனை' என்றது உன்னி மகிழத்தக்கது 'மாலே! மணிவண்ணா! நீ மார்கழி நீராட வேண்டும்' என்கின்றார்கள். பாவைநோன்பு நோற்பதற்கு முன்னோர்கள்

என்னென்ன மேற்கொண்டார்கள், அவர்கள் பின்பற்றிய சடங்குகள் சம்பிரதாயங்களுக்கு என்னென்ன பொருள்கள் வேண்டுமென்பதையும் நீ கேட்டுக் கொள்ள வேண்டும் என்கின்றார்கள்.

மாலே! மணிவண்ணா! மார்கழிநீ ராடுவான்
மேலையார் செய்வனகள் வேண்டுவன கேட்டியேல்.

உலகத்தையெல்லாம் தன் ஒலியால் கிடுகிடுக்கச் செய்யும் பால்போன்ற நிறமுடைய பாஞ்ச சன்னியம் என்ற கண்ணனுடைய கைச்சங்கினை ஒத்த சங்குகள் வேண்டும். என்கின்றார்கள். அடுத்து, பறைவேண்டுமென்கின்றார்கள். மூன்றாவதாக, பல்லாண்டு பாடும் பரம பாகவதர்கள் வேண்டும் என்கின்றார்கள். வைகறை இருட்டை விலக்கும் திறம்வாய்ந்த மங்கல விளக்கு வேண்டும் என்கின்றார்கள். கொடி வேண்டும் என்கின்றார்கள். வைகறையில் புறப்பட்டுப் போகும்போது தலைமேல் பனிவிழாமல் தடுக்கும் விதானம் என்ற மேற்கட்டி வேண்டும் என்கின்றார்கள். இவற்றையெல்லாம் ஆலின் இலைமேல் பள்ளிகொண்ட பரந்தாமன் கொடுத்து அருள் வேண்டுமென்று கேட்டுக் கொள்கிறார்கள்.

ஞாலத்தை யெல்லாம் நடுங்க முரல்வன
பாலன்ன வண்ணத்துன் பாஞ்சசன் னியமே
போல்வன சங்கங்கள் போய்ப்பா டுடையனவே
சாலப் பெரும்பறையே பல்லாண் டிசைப்பாரே
கோல விளக்கே கொடியே விதானமே
ஆலி னிலையாய் அருளேலோ ரெம்பாவாய்.

இந்தத் திருப்பாசுரத்தின்வழி, பண்டைநாளில் மேற்கொள்ளப்பட்ட பாவை நோன்பு நோற்பதற்கு வேண்டிய பொருள்களைப் பாங்குறக் காணலாம்.

மாலே! மணிவண்ணா! மார்கழிநீ ராடுவான்
மேலையார் செய்வனகள் வேண்டுவன கேட்டியேல்
ஞாலத்தை யெல்லாம் நடுங்க முரல்வன

பாலன்ன வண்ணத்துன் பாஞ்சசன் னியமே
போல்வன சங்கங்கள் போய்ப்பா டுடையனவே
சாலப் பெரும்பறையே பல்லாண் டிசைப்பாரே
கோல விளக்கே கொடியே விதானமே
ஆலி னிலையாய் அருளேலோ ரெம்பாவாய். (26)

27. கூடாரை வெல்லும் சீர்க் கோவிந்தா

கூடாரை வெல்லும்சீர்க் கோவிந்தா! உன்றன்னைப்
பாடிப் பறைகொண்டு யாம்பெறு சம்மானம்
நாடு புகழும் பரிசினால் நன்றாகச்
சூடகமே தோள்வளையே தோடே செவிப்பூவே
பாடகமே என்றனைய பல்கலனும் யாமணிவோம்
ஆடை யுடுப்போம் அதன்பின்னே பாற்சோறு
மூடநெய் பெய்து முழங்கை வழிவாரக்
கூடி யிருந்து குளிர்ந்தேலோ ரெம்பாவாய்.

இந்தத் திருப்பாசுரம் இன்றைக்கும் தமிழ்ச் சமுதாயத்தில் தனிச்சிறப்பு வாய்ந்த பாசுரமாகக் கொண்டாடப் பெறுகின்றது.

விரதத்திற்கு வேண்டிய சங்கு, பறை, பல்லாண்டு பாடுவோர், மங்கல விளக்கு, கொடி, மேல் விதானம் முதலியனவற்றைக் கண்ணனிடம் இரந்து பெற்ற பெண்கள் அடைந்த மகிழ்ச்சிக்கு எல்லையே இல்லை. அவர்கள் ஆடுகின்றார்கள்; பாடுகின்றார்கள்; பாற்கடலுள் பையத் துயின்ற பரமன் அடியினைப் பரவிப் போற்றுகின்றார்கள். மகிழ்ச்சியில் திக்கு முக்காடுகின்ற அவர்கள் "கூடாரை வெல்லும் சீர்க் கோவிந்தா" என்கின்றார்கள். பகைவர்களை வென்று அன்பர்களிடம் தோற்பவன் என்ற குறிப்புப் பொருள் இதில் தொனிக்கக் காணலாம். ஏனெனில் தன் வில்லம்பினால் எவரையும் வெல்லும் திறன் வாய்ந்த கோவிந்தன், தன்னை வணங்கும் அடியவர்களின் அன்புக்கு ஆற்றாது அவர்களின் அன்புக்குக் கட்டுப்படுகின்றான் என்பது இத்தொடரால் பெறப்படும் கருத்தாகும்.

உன்னைப் புகழ்ந்து பாடி நாங்கள் பெறுகின்ற சன்மானம் இவை இவையென்று பட்டியலிட்டுக் காட்டுகின்றார்கள். சூடகம் கையில் அணியும் ஒருவகை ஆபரணமாகும். தோளில் அணியும் அணிகலன் தோள்வளை என்றும், காதில் அணியும் தோடு அணி அல்லது கரணப்பூ என்றும், காலில் அணிவது பாடலம் என்றும் கூறப்படும். இவ்வாறான பல்வேறு அணிகலன்களையும் நாங்கள் உவகையுடன் பேணி அணிந்து கொள்வோம் என்று குறிப்பிடுகின்றார்கள்.

கூடாரை வெல்லும்சீர்க் கோவிந்தா! உன்றன்னைப்
பாடிப் பறைகொண்டு யாம்பெறு சம்மானம்
நாடு புகழும் பரிசினால் நன்றாகச்
சூடகமே தோள்வளையே தோடே செவிப்பூவே
பாடகமே என்றனைய பல்கலனும் யாமணிவோம்

என்கிறார்கள்.

திருவாய்ப்பாடிப் பெண்கள் முதலில் தங்களுக்கு வேண்டிய தங்க நகைகளைக் கேட்கின்றார்கள். அதற்குப் பின்னால் நல்லாடைகளை நயந்து கேட்கின்றார்கள். ஆடை உடுத்தி, அணிகலன்கள் அழகுபெற அணிந்துகொண்ட பின்னர், பாற்சோறு முழுவதுமாக மறையும்படி நெய்யூற்றி அந்த அக்கார அடிசிலை ஆக்கி எல்லோரும் கூடியிருந்து உண்ண வேண்டும் என்கின்றார்கள். அந்த அக்கார அடிசிலில் ஊற்றப்பட்ட நெய், உண்ணும் பொழுது, முழங்கை வழியாக வழிய வேண்டும் என்கின்றார்கள். இவ்வாறு இந்தத் திருப்பாடல் சர்க்கரைப் பொங்கல் சாப்பிடுவதில் முடிகின்றது.

ஆடை யுடுப்போம் அதன்பின்னே பாற்சோறு
மூடநெய் பெய்து முழங்கை வழிவாரக்
கூடி யிருந்து குளிர்ந்தேலோ ரெம்பாவாய்.

திருவாய்ப்பாடிப் பெண்கள் பாவை நோன்பு மேற்கொள்ள நெய் உண்ணாமலும் பால் உண்ணாமலும் விரதம் இருந்தார்கள். இப்பொழுது பாலும், கருப்புக் கட்டியும்

நெய்யும் சேர்த்துச் சமைக்கப்பட்ட அக்கார அடிசிலை ஆசை தீர உண்கிறார்கள். 'கூடி இருந்து குளிர்ந்து' என்னும் தொடரால் தாம் பெற்ற பேறு பிறரும் பெறவேண்டும் என்ற உயர்நோக்கமும், எல்லாருமே இன்புற்றிருக்க நினைக்கின்ற மனமும் ஒருசேர விளங்கும்.

கூடாரை வெல்லும்சீர்க் கோவிந்தா! உன்றன்னைப்
பாடிப் பறைகொண்டு யாம்பெறு சம்மானம்
நாடு புகழும் பரிசினால் நன்றாகச்
சூடகமே தோள்வளையே தோடே செவிப்பூவே
பாடகமே என்றனைய பல்கலனும் யாமணிவோம்
ஆடை யுடுப்போம் அதன்பின்னே பாற்சோறு
மூடநெய் பெய்து முழங்கை வழிவாரக்
கூடி யிருந்து குளிர்ந்தேலோ ரெம்பாவாய். *(27)*

28. கறவைகள் பின்சென்று

கறவைகள் பின்சென்று கானம்சேர்ந் துண்போம்
அறிவொன்று மில்லாத ஆய்க்குலத்து, உன்றன்னைப்
பிறவி பெறுந்தனைப் புண்ணியம் யாமுடையோம்
குறைவொன்று மில்லாத கோவிந்தா! உன்றன்னோடு
உறவேல் நமக்கிங் கொழிக்க ஒழியாது
அறியாத பிள்ளைகளோம் அன்பினால் உன்
சிறுபே ரழைத்தனவும் சீறி யருளாதே (றன்னைச்
இறைவா: நீதாராய் பறையேலோ ரெம்பாவாய்.

திருவாய்ப்பாடிப் பெண்கள் பாவை நோன்புக்குரிய சங்கு, பறை, பல்லாண்டு பாடுவோர், மங்கல விளக்கு, கொடி, விதானம் முதலானவற்றைப் பெற்று நோன்பு நோற்கின்றார்கள். நோன்பு முடிந்த பின்னர் ஆடை அணிகலன்களைப் பெற்று அக்கார அடிசிலைப் பலரோடும் கூடி உண்டு மகிழ்ந்தார்கள். கண்ணனிடம் திருவாய்ப் பாடிப் பெண்கள் இரந்து வேண்டுவனவற்றை அடைவதற்காக மேற்கொண்ட வழிவகைகள் என்ன என்பது குறித்து இந்தப் பாசுரம் சொல்கின்றது.

ஆயர்கள் பசுக்களை ஓட்டிச் சென்று முல்லைக் காட்டில் மேய விட்டு, தங்களோடு எடுத்துச் சென்ற சோற்றை உண்டு பசியாறுகின்றார்கள். "அறியாத சிறு பெண்களாக விளங்கும் நாங்கள், பிறவி பெற்றதன் புண்ணியப் பயனாக எங்கள் ஆயர்குலம் உன்னைப் பெற்று வளர்த்ததனால் அடைந்து விட்டோம். எங்களிடம் குறை இருந்தாலும் உன்னிடம் ஒரு குறையும் இல்லை. குறை ஒன்றும் இல்லாக் கோவிந்தனாக, பரிபூரணனாக நீ விளங்குகின்றாய்" என்று குறிப்பிடுகின்றார்கள்.

கறவைகள் பின்சென்று கானம்சேர்ந் துண்போம்
அறிவொன்று மில்லாத ஆய்க்குலத்து, உன்றன்னைப்
பிறவி பெறுந்தனைப் புண்ணியம் யாமுடையோம்
குறைவொன்று மில்லாத கோவிந்தா!

என்கிறார்கள்.

நாங்கள் அறியாதவர்கள். எங்கள் அறியாமையினால் பிழைகள் செய்திருக்கக் கூடும். அதற்காக எங்கள் மீது கோபம் கொள்ளக் கூடாது என்று வேண்டிக் கொள்கிறார்கள். ஏனெனில் உன்னோடு எங்களுக்கு ஏற்பட்டுவிட்ட உறவை யாராலும் அழிக்க முடியாது. நாங்கள் உன்னைச் சிறுபெயரிட்டுச் சில சமயங்களில் அழைத்தது பற்றி எங்கள் மேல் சீறிப் பாயாதே. இவ்வாறு நாங்கள் செய்த பிழை, அன்பினால் செய்த பிழை; அறியாமை காரணமாகச் செய்த பிழை. எனவே நீ அருள் உள்ளம் கொண்டு எங்களை மன்னித்து ஏற்றருள வேண்டும். இறைவனே! எங்களுக்குப் பறை தந்து எங்களைப் பரிபாலித்தோனே என்று அவனைத் துதிக்கின்றார்கள்.

..........உன்றன்னோடு
உறவேல் நமக்கிங் கொழிக்க ஒழியாது
அறியாத பிள்ளைகளோம் அன்பினால் உன்
சிறுபே ரழைத்தனவும் சீறி யருளாதே (றன்னைச்
இறைவா: நீதாராய் பறையேலோ ரெம்பாவாய்.

திருவாய்ப்பாடிப் பெண்கள் தங்களை அறிவற்றவர்கள் என்று சொல்லிக் கொண்டாலும், கண்ணனிடத்திலே பக்தி செலுத்த வேண்டுமென்கிற ஓர் அறிவு இருக்கத்தானே செய்கின்றது! உய்வதற்கு அந்த ஓர் அறிவு போதுமே! இங்கு, "கல்லாத பேர்களே நல்லவர்கள் நல்லவர்கள்'' என்னும் தாயுமான தயாபரரின் வாக்கும் நினையத் தக்கது.

கறவைகள் பின்சென்று கானம்சேர்ந் துண்போம்
அறிவொன்று மில்லாத ஆய்க்குலத்து, உன்றன்னைப்
பிறவி பெறுந்தனைப் புண்ணியம் யாமுடையோம்
குறைவொன்று மில்லாத கோவிந்தா! உன்றன்னோடு

உறவேல் நமக்கிங் கொழிக்க ஒழியாது
அறியாத பிள்ளைகளோம் அன்பினால் உன்
சிறுபே ரழைத்தனவும் சீறி யருளாதே (றன்னைச்
இறைவா: நீதாராய் பறையேலோ ரெம்பாவாய். *(28)*

29. சிற்றஞ் சிறுகாலே

சிற்றஞ் சிறுகாலே வந்துன்னைச் சேவித்துஉன்
பொற்றா மரையடியே போற்றும் பொருள்கேளாய்
பெற்றம்மேய்த் துண்ணும் குலத்திற் பிறந்துநீ
குற்றேவல் எங்களைக் கொள்ளாமல் போகாது
இற்றைப் பறைகொள்வான் அன்றுகாண் கோவிந்தா!
எற்றைக்கும் ஏழேழ் பிறவிக்கும் உன்றன்னோ
டுற்றோமே யாவோம் உனக்கேநாம் ஆட்செய்வோம்
மற்றைநங் காமங்கள் மாற்றேலோ ரெம்பாவாய்.

இதுகாறும் கண்ண்பிரானிடம் பறை வேண்டும், பறை வேண்டும் என்று வற்புறுத்திக் கேட்டுவந்த திருவாய்ப்பாடிப் பெண்கள், இந்தப் பாசுரத்தில் தங்கள் நோக்கத்தை வெளிப்படையாகவே புலப்படுத்தி விடுகின்றார்கள். திருப்பாவையின் உட்பொருள் பரம தாத்பரியம் இந்த இருபத்தொன்பதாவது திருப்பாசுரத்தில் தெளிவாகப் புலப்படுத்தப்பட்டுள்ளதாகப் பெரியோர்கள் கூறுவர். எனவே இத்திருப்பாசுரத்தினைத் திருப்பாவையின் உயிர்நிலைப் பாட்டென்றும் குறிப்பிடுவர்.

"மிகவும் அமைதியாக இருக்கின்ற வைகறைப் பொழுதிலே கண்ணனே! கண்ணனே! நாங்கள் கூட்டமாக வந்து உன்னைத் தொழுதோம். இப்போது நாங்கள் உன்னைப் போற்றுவதன் பொருளையும், அதன் விளைவாக நாங்கள் கேட்கும் பயனையும் உன் திருச்செவி வழிக் கேட்பாயாக" என்று தங்கள் வேண்டுகோளை முன்வைக்கின்றார்கள்.

சிற்றஞ் சிறுகாலே வந்துன்னைச் சேவித்துஉன்
பொற்றா மரையடியே போற்றும் பொருள்கேளாய்

எனத் தொடங்கினர்.

இவ்வாறு முகமன் கூறிவிட்டு, "நீயும் நாங்கள் பிறந்து வளர்ந்த ஆயர்குடியிலே பிறந்து வளர்கின்றாய்; அதனால் எங்களுக்கு உறவாகி விடுகின்றாய். பசுக்களை மேய்த்து அதனால் கிடைக்கும் பயனைப் பெற்று வாழும் எங்களை அடைக்கலமாய்க் கொண்டு செலுத்தாமல், கைவிடுவது என்பது உன் தகுதிக்குத் தகாதது. இப்போது நீ கொடுக்கின்ற பறையினைப் பெற்றுக் கொள்ளும் பொருட்டு மட்டுமன்று, நாங்கள் உன்னிடத்தில் வந்தது; இந்தப் பிறவியில் மட்டுமல்ல. இனி வருகின்ற ஏழேழு பிறவிகளிலும் நாங்கள் உனக்கு உறவுடையவர்கள் ஆக வேண்டும். உனக்கு மட்டுமே நாங்கள் அடிமை செய்பவர்களாக இருக்க வேண்டும். ஆதலால் கோவிந்தனே! இந்த ஆசை தவிர மற்ற ஆசைகளை எங்கள் மனத்திலிருந்து அகற்றிவிட்டு எங்களை ஆட்கொள்ள வேண்டும்" என்று கேட்டுக் கொள்கிறார்கள்.

பெற்றம்மேய்த் துண்ணும் குலத்திற் பிறந்துநீ
குற்றேவல் எங்களைக் கொள்ளாமல் போகாது
இற்றைப் பறைகொள்வான் அன்றுகாண் கோவிந்தா!
எற்றைக்கும் ஏழேழ் பிறவிக்கும் உன்றன்னோ
டுற்றோமே யாவோம் உனக்கேநாம் ஆட்செய்வோம்
மற்றைநங் காமங்கள் மாற்றேலோ ரெம்பாவாய்.

இத்திருப்பாசுரத்தில்தான் கண்ணன் அன்பே தாங்கள் கருதிய பொருள் என்பதனைக் கூறிப் பக்தித் திறமே பரமனை அடைய எளிய வழி என்பதனைத் திருவாய்ப் பாடிப் பெண்கள் புலப்படுத்தி உள்ளார்கள் எனலாம்.

எற்றைக்கும் ஏழேழ் பிறவிக்கும் உன்றன்னோ
டுற்றோமே யாவோம் உனக்கேநாம் ஆட்செய்வோம்

என்று ஆய்ச்சியர், அருளாளன ஆகிய கண்ணனிடம் வேண்டியனவே இந்த உலக உயிர்கள் ஒவ்வொன்றும் இறைவனிடம் இரந்து வேண்டும் வரமாக அமைய வேண்டும். அதாவது இந்த ஒரு பிறவியிலன்றி இனி வருகின்ற

எல்லாப் பிறவிகளிலும் இறைவனுக்கே ஊனமொன்றில்லா உத்தமனுக்கே ஆளாக வேண்டும் என்ற உயிர் வேட்கை இந்தத் திருப்பாசுரத்தால் உயிர்நிலைப் பாட்டால் உறைப்பாக உணர்த்தப்படுகின்றது.

சிற்றஞ் சிறுகாலே வந்துன்னைச் சேவித்துஉன்
பொற்றா மரையடியே போற்றும் பொருள்கேளாய்
பெற்றம்மேய்த் துண்ணும் குலத்திற் பிறந்துநீ
குற்றேவல் எங்களைக் கொள்ளாமல் போகாது
இற்றைப் பறைகொள்வான் அன்றுகாண் கோவிந்தா!
எற்றைக்கும் ஏழேழ் பிறவிக்கும் உன்றன்னோ
டுற்றோமே யாவோம் உனக்கேநாம் ஆட்செய்வோம்
மற்றைநங் காமங்கள் மாற்றேலோ ரெம்பாவாய். (29)

30. வங்கக்கடல் கடைந்த மாதவன்

வங்கக் கடல்கடைந்த மாதவனைக் கேசவனை,
திங்கள் திருமுகத்துச் சேயிழையார் சென்றிறைஞ்சி
அங்கப் பறைகொண்ட வாற்றை அணிபுதுவைப்
பைங்கமலத் தண்தெரியல் பட்டர்பிரான் கோதைசொன்ன
சங்கத் தமிழ்மாலை முப்பதும் தப்பாமே
இங்கிப் பரிசுரைப்பார் ஈரிரண்டு மால்வரைத்தோள்
செங்கண் திருமுகத்துச் செல்வத் திருமாலால்
எங்கும் திருவருள் பெற்று இன்புறுவ ரெம்பாவாய்.

இருபத்தொன்பதாவது திருப்பாசுரத்தில், திருப்பாவையின் தனிப்பெரும் பொருள் சத்தான பொருள் விளக்கப்பட்டு விட்டது கண்டோம். இந்த முப்பதாவது திருப்பாசுரத்தில் ஒரு முத்தாய்ப்பு அதுவும் முத்தான முத்தாய்ப்பு வைக்கப்படுகின்றது. திருப்பாவை முப்பது பாடல்களையும் தப்பாமல் படிப்பவர், எங்கும் எப்பொழுதும் கண்ணனின் கணக்கில்லாத கருணையினைப் பெற்று இன்புறுவர் என்பதனை இவ்விறுதித் திருப்பாசுரம் தெரிவிக்கின்றது.

தேவர்கள் திருப்பாற்கடலைக் கடைந்து அமுதம் எடுத்தார்கள். இதற்குத் தன் திருமேனி நோகப் பாடுபட்டவன் கண்ணன். விரும்புகின்றவர்கள், எப்பொருளை விரும்புகின்றார்களோ அப்பொருளைக் கொடுக்கும் ஆற்றலுடையவனாக விளங்குகின்றான் கண்ணன். விண்ணவர் விரும்பிய அந்தக் கடலமுதம் வங்கக் கடல் கடைந்த மாதவனால், கேசவனால் அவர்களுக்கு வழங்கப்பட்டு விட்டது. தேவர்கள் கண்ணன் உதவியால் அமுதம் வேண்டினார்கள். ஆனால் திருவாய்ப்பாடிப் பெண்களோ தாங்கள் உண்ணும்

அமுதமாகக் கண்ணனையே வேண்டினார்கள். எனவே விண்ணவரைக் காட்டிலும் மண்ணவராகிய ஆய்ப்பாடி ஆயர்குலப் பெண்கள் பலபடி மேலானவர்கள் அன்றோ! என்றைக்கும் தித்திக்கும் தெள்ளமுதை யன்றோ அவர்கள் வேண்டிப் பெற்றார்கள்! அப்படிப்பட்ட பெண்களை,

திங்கள் திருமுகத்துச் சேயிழையார்

என்கின்றார் ஆண்டாள். இத்தகைய பெருமை வாய்ந்த, சந்திரனைப் போலக் குளிர்ந்த முகம் கொண்ட, அணிகலன்கள் அணிந்த பெண்கள், கண்ணனைக் கண்டு இரந்து கேட்டுப் பாவை நோன்புக்குப் பறையினைப் பெற்றுக் கொண்ட வழிவகையினைத் திருப்பாவை புலப்படுத்துகின்றது. ஸ்ரீவில்லிபுத்தூரிலே வாழ்ந்த தாமரை மலர்களால் ஆன குளிர்ந்த மாலையினைச் சூடிய பட்டர்பிரான் என வழங்கும் பெரியாழ்வாரின் அருமைத் திருமகளான ஆண்டாள், கூட்டம் கூட்டமாக மகளிர் சேர்ந்து அனுபவிக்கக் கூடிய தமிழ்ப் பாமாலையினால் அமைந்துள்ள முப்பது பாசுரங்களையும், தப்பாமல் சொல்பவர் திருமாலிடம் சிறப்பான பரிசினைப் பெறுவார்கள். அப்பரிசானது எங்கும் எப்பொழுதும் அவனுடைய திருவருளைப் பெற்று இவ்வுலகத்தில் நீண்ட நெடுங்காலம் இன்புற்று வாழும் பேற்றினைப் பெறுவார்கள் என்பதாகும்.

வங்கக் கடல்கடைந்த மாதவனைக் கேசவனை,
திங்கள் திருமுகத்துச் சேயிழையார் சென்றிறைஞ்சி
அங்கப் பறைகொண்ட வாற்றை அணிபுதுவைப்
பைங்கமலத் தண்தெரியல் பட்டர்பிரான் கோதைசொன்ன
சங்கத் தமிழ்மாலை முப்பதும் தப்பாமே
இங்கிப் பரிசுரைப்பார் ஈரிரண்டு மால்வரைத்தோள்
செங்கண் திருமுகத்துச் செல்வத் திருமாலால்
எங்கும் திருவருள் பெற்று இன்புறுவ ரெம்பாவாய். ***(30)***

இத்திருப்பாசுரம், திருப்பாவையைக் கற்றவர்கள், எம்பெருமான் திருவருளால் எங்கும் எப்பொழுதும்

திருவருள் பெற்று மகிழ்ந்து வாழ்வர் என்பதனைக் குறிப்பிடுகின்றது. இதனைப் 'பலச்சுருதி' என்பர் வைணவப் பெரியோர். ஆண்டாள், தான் இயற்றிய பாட்டு என்று தன்னை அடையாளம் காட்டிக் கொள்வதால் இந்த இறுதித் திருப்பாசுரத்தினைத் 'திருநாமப் பாட்டு' என்றும் பெரியோர் கூறுவர்.

கோதை பிறந்தவூர் கோவிந்தன் வாழுமூர்
சோதி மணிமாடம் தோன்றுமூர் நீதியால்
நல்ல பத்தர் வாழுமூர் நான்மறைகள் ஓதுமூர்
வில்லிபுத்தூர் வேதக் கோனூர்

திருப்பாவையின் சிறப்பினை,

பாதங்கள் தீர்க்கும் பரமன் அடிகாட்டும்
வேதம் அனைத்துக்கும் வித்தாகும் - கோதை தமிழ் ஐயைந்தும்
ஐந்தும் அறியாத மானிடரை
வையம் சுமப்பதும் வம்பு

என்னும் வைணவப் பெரியவர் உய்யக் கொண்டார் அருளிய தனியன் கொண்டு அறியலாம். எனவே கோதை சொன்ன சங்கத் தமிழ் மாலை முப்பதான திருப்பாவையினை ஓதி எம்பெருமான் திருவருள் பெற்று என்றும் எங்கும் எவரும் உய்யலாம்.

திருவாடிப் பூரத்துச் செகத்துதித்தாள் வாழியே
திருப்பாவை முப்பதும் செப்பினாள் வாழியே
பெரியாழ்வார் பெற்றெடுத்த பெண்பிள்ளை வாழியே
பெரும்பூதூர் மாமுனிக்குப் பின்னானாள் வாழியே
ஒரு நூற்று நாற்பத்து மூன்றுரைத்தாள் வாழியே
உயரரங்கற்கே கண்ணியுகந்தருளினாள் வாழியே
மருவாரும் திருமல்லி வளநாடி வாழியே
வண்புதுவை நகர்க்கோதை மலர்ப் பதங்கள் வாழியே!

முற்றும்.

★★★

9 788199 887770